CONTENTS

CONTENTS

Introduction

The Rough Guide Swahili phrasebook is a highly practical introduction to the contemporary language. Laid out in clear A-Z style, it uses key-word referencing to lead you straight to the words and phrases you want – so if you need to book a room, just look up 'room'. The Rough Guide gets straight to the point in every situation, in bars and shops, on trains and buses, and in hotels and banks.

The main part of the Rough Guide is a double dictionary: English-Swahili then Swahili-English. Before that, there's a section called **Basic Phrases** and to get you involved in two-way communication, the Rough Guide includes, in this new edition, a set of **Scenario** dialogues illustrating questions and responses in key situations such as renting a car and asking directions. You can hear these and then download them free from **www. roughguides.com/phrasebooks** for use on your computer or MP3 player.

Forming the heart of the guide, the **English-Swahili** section gives easy-to-use transliterations of the Swahili words wherever pronunciation might be a problem. Throughout this section, cross-references enable you to pinpoint key facts and phrases, while asterisked words indicate where further information can be found in a section at the end of the book called **How the Language Works**. This section sets out the fundamental rules of the language, with plenty of practical examples. You'll also find here other essentials like numbers, dates, telling the time and basic phrases. In the **Swahili-English** dictionary, we've given you not just the phrases you'll be likely to hear (starting with a selection of slang and colloquialisms) but also many of the signs, labels, instructions and other basic words you may come across in print or in public places.

Near the back of the book too the Rough Guide offers an extensive **Menu Reader**. Consisting of food and drink sections (each starting with a list of essential terms), it's indispensable whether you're eating out, stopping for a quick drink, or browsing through a local food market.

safari njema!
have a good trip!

Basic
Phrases

BASIC PHRASES

yes
ndiyo

no
hapana
(on the coast) la

OK
sawa

hello!/hi!
habari!

good morning
habari za asubuhi

good evening
habari za jioni

good night
usiku mwema, alamsiki (T)

goodbye
kwa heri
(to more than one person) kwa
herini

see you!
tutaonana!

see you later
tutaonana baadaye

please
tafadhali

could you please ...?
tafadhali, waweza ...?

yes, please
ndiyo, tafadhali

thank you/thanks
asante

no thanks
la asante

thank you very much
asante sana

don't mention it
si kitu

how do you do?/how are you?
hujambo?

I'm fine, thanks
sijambo, asante

nice to meet you
nimefurahi kukutana nawe

excuse me
(to get past) samahani nipishe
(to get attention, to say sorry)
samahani

8

sorry
samahani

sorry?/pardon (me)?
samahani?

I see/I understand
naelewa

I don't understand
sielewi

do you speak English?
unasema Kiingereza?

I don't speak Swahili
sisemi Kiswahili

could you speak more slowly?
sema polepole zaidi

could you repeat that?
waweza kusema tena?

could you write it down?
waweza kuiandika?

I'd like ...
nataka ...

can I have ...?
naweza kupata ...?

can you ...?
unaweza ...

I can't ...
siwezi ...

how much is it?
ni kiasi gani?

I'll take it
nitanunua

what's that?
hiyo nini?

what's happening?/what's wrong?
kuna nini?

what's happening?/what news?
habari gani?

it is ...
ni ...

is it ...?
je ni ...?

where is it?
iko wapi?

is it far?
ni mbali sana?

Scenarios

1. Accommodation

is there an inexpensive hotel you can recommend?
▶ je, kuna hoteli ambayo si ghali utayoweza kunipendekeza?

samahani, inaonekana zote zimejaa kabisa ◀
I'm sorry, they all seem to be fully booked

can you give me the name of a good middle-range hotel?
▶ utaweza kunipa jina la hoteli nzuri ya bei ya wastani?

subiri niangalie; unataka iwe katikati ya mji? ◀
let me have a look; do you want to be in the centre?

if possible
▶ kama ikiwezekana

utajali kama ikiwa nje kidogo ya mji? ◀
do you mind being a little way out of town?

not too far out
▶ isiwe mbali sana

where is it on the map?
▶ iko wapi katika ramani?

can you write the name and address down?
▶ utaweza kuandika jina na anwani yake?

I'm looking for a room in a private house
▶ ninatafuta chumba katika nyumba ya mapumziko

2. Banks

bank account	akaunti ya benki
to change money	kubadilisha fedha
cheque	cheki
to deposit	kuweka pesa
pin number	namba ya siri
pound	paundi
to withdraw	kutoa pesa

can you change this into shillings?
▶ je, utaweza kubadilisha hizi katika shilingi?

ungependa pesa iweje? ◀
how would you like the money?

small notes   **big notes**
▶ noti ndogo ndogo   ▶ noti kubwa kubwa

do you have information in English about opening an account?
▶ unayo maelekezo ya Kiingereza kuhusu ufunguaji wa akaunti?

ndio, ungependa aina gani ya akaunti? ◀
yes, what sort of account do you want?

I'd like a current account   pasipoti yako tafadhali ◀
▶ ningependa akaunti ya hundi   **your passport, please**

can I use this card to draw some cash?
▶ nitaweza kutumia kadi hii ili kutoa pesa?

inabidi uende katika deski la mshika fedha ◀
you have to go to the cashier's desk

I want to transfer this to my account at Standard Chartered
▶ ninataka kuhamisha hii pesa katika akaunti yangu ya Standard Chartered

sawa, lakini itabidi ulipe malipo ya simu ◀
OK, but we'll have to charge you for the phonecall

akaunti ya akiba	savings account
akaunti ya hundi	current account
asilimia ya faida ya muuzaji	commission
namba ya akaunti	account number
namba ya tawi la benki	sort code

3. Booking a room

shower	bafu la manyunyu
telephone in the room	simu chumbani
payphone in the lobby	simu ya kulipia ya sebuleni

do you have any rooms?
▶ je, mnavyo vyumba?

kwa watu wangapi? ◀
for how many people?

for one/for two
▶ kwa mmoja/kwa wawili

ndio, tuna vyumba vilivyo wazi ◀
yes, we have rooms free

kwa usiku ngapi? ◀
for how many nights?

just for one night
▶ kwa usiku mmoja tu

how much is it?
▶ ni bei gani?

shilingi 40,000 pamoja na bafu na shilingi 25,000 bila ya bafu ◀
40,000 shillings with bathroom and 25,000 shillings without bathroom

does that include breakfast?
▶ hiyo ni pamoja na kifungua kinywa?

can I see a room with bathroom?
▶ ninaweza kuona chumba chenye bafu?

ok, I'll take it
▶ sawa, nitakichukua

when do I have to check out?
▶ saa ngapi inabidi kutoka chumbani?

is there anywhere I can leave luggage?
▶ kuna sehemu yeyote ninapoweza kuacha mizigo?

4. Car hire

automatic	ya kujiendesha
full tank	tenki lililojaa
manual	la kutumia mikono
rented car	gari la kukodisha

I'd like to rent a car
▶ ningependa kukodi gari

kwa muda gani? ◀
for how long?

two days
▶ siku mbili

I'll take the ...
▶ nitachukua ...

is that with unlimited mileage?
▶ je, hiyo inakua na umbali usio na kikomo?

ni hivyo ◀
it is

tafadhali naweza kuona leseni yako ya kuendesha? ◀
can I see your driving licence, please?

na pasipoti yako ◀
and your passport

is insurance included?
▶ je, bima imeshajumlishwa?

ndio lakini inabidi ulipe shilingi 10,000 za mwanzo ◀
yes, but you have to pay the first 10,000 shillings

unaweza kuacha amana ya shilingi 10,000? ◀
can you leave a deposit of 10,000 shillings?

and if this office is closed, where do I leave the keys?
▶ na kama ofisi hii imefungwa, niwache wapi funguo?

zitumbukize katika boksi lile ◀
you drop them in that box

5. Communications

ADSL modem	modemu ya ADSL
at	alama ya ati
dial-up modem	modemu ya kupiga simu
dot	nukta
Internet	intaneti
mobile (phone)	simu ya mkono
password	neno la siri
telephone socket adaptor	adapta ya soketi ya simu
wireless hotspot	wireless hotspot

is there an Internet café around here?
▶ je, kuna mgahawa wa intaneti katika maeneo haya?

zero	sifuri
one	moja
two	mbili
three	tatu
four	nne
five	tano
six	sita
seven	saba
eight	nane
nine	tisa

can I send email from here?
▶ ninaweza kutuma barua pepe kutoka hapa?

where's the at sign on the keyboard?
▶ iko wapi alama ya ati katika kibodi?

can you switch this to a UK keyboard?
▶ unawaza kuibadili hii ikawa kibodi ya Uingereza?

can you help me log on?
▶ unaweza kunisaidia kuingia katika compyuta?

I'm not getting a connection, can you help?
▶ sipati mwunganisho, unaweza kusaidia?

where can I get a top-up card for my mobile?
▶ ninaweza kupata wapi kadi ya kuongeza hela kwa ajili ya simu yangu ya mkono?

can you put me through to...?
▶ unaweza kunipatia…?

6. Directions

hi, I'm looking for Kariakoo
▶ habari, ninatafuta Kariakoo

___

samahani, sijawahi kupasikia ◀
sorry, never heard of it

___

hi, can you tell me where Kariakoo is?
▶ habari, unaweza kuniambia Kariakoo ipo wapi?

___

mimi pia ni mgeni hapa ◀
I'm a stranger here too

hi, Kariakoo, do you know where it is?
habari, Kariakoo, unajua ilipo?

where?	**which direction?**
wapi?	mwelekeo upi?

▶ kwenye kona
around the corner

▶ kushoto katika mataa ya pili ya barabarani
left at the second traffic lights

▶ halafu ni barabara ya kwanza upande wa kulia
then it's the first street on the right

baada tu ya **just after**	mbali zaidi **further**	pita … **past the …**
baada ya **next**	mbele ya **in front of**	upande wa kushoto **on the left**
barabara **street**	moja kwa moja **straight ahead**	upande wa kulia **on the right**
karibu ya **near**	nyuma **back**	
kule **over there**	pinda **turn off**	zilizoelekeana **opposite**

7. Emergencies

accident	ajali
ambulance	gari la wagonjwa
consul	balozi mdogo
embassy	ubalozi
fire brigade	kikosi cha zima moto
police	polisi

help!
▶ nisaidie!

can you help me?
▶ unaweza kunisaidia?

please come with me! it's really very urgent
▶ tafadhali njoo na mimi! ni muhimu sana

I've lost (my keys)
▶ nimepoteza (funguo zangu)

(my car) is not working
▶ (gari langu) halifanyi kazi

(my purse) has been stolen
▶ (pochi yangu) imeibiwa

I've been mugged
▶ nimeibiwa

jina lako nani? ◀
what's your name?

ninahitaji kuona pasipoti yako ◀
I need to see your passport

I'm sorry, all my papers have been stolen
▶ samahani, makaratasi yangu yote yameibiwa

8. Friends

hi, how're you doing?
▶ habari, unaendeleaje?

mzima, na wewe? ◀
ok and you?

yeah, fine   not bad
▶ ndio, mzima   ▶ sio mbaya

d'you know Mark?
▶ unamjua Mark?

and this is Hannah
▶ na huyu ni Hannah

ndio, tunajuana ◀
yeah, we know each other

where do you know each other from?
▶ mnajuana kutoka wapi?

tumekutana nyumbani kwa Juma ◀
we met at Juma's place

that was some party, eh?   nzuri kuliko zote ◀
▶ ile ilikua zinga la sherehe eti?   the best

are you guys coming for a beer?
▶ nyie jamaa mtakuja kunywa bia?

poa, twende ◀
cool, let's go

hapana tunakutana na Jamila ◀
no, I'm meeting Jamila

see you at Juma's place tonight
▶ tutaonana nyumbani kwa Juma leo usiku

tutaonana ◀
see you

20

9. Health

I'm not feeling very well
▶ sijisikii vizuri

can you get a doctor?
▶ unaweza kupata daktari?

wapi panauma? ◀
where does it hurt?

it hurts here
▶ panauma hapa

ni maumivu yasiyosita? ◀
is the pain constant?

it's not a constant pain
▶ sio maumivu yasiyosita

can I make an appointment?
▶ ninaweza kuweka miadi?

can you give me something for ...?
▶ unaweza kunipa kitu kwa ...?

yes, I have insurance
▶ ndio ninayo bima

antibiotics	viua vijasumu
antiseptic ointment	lihamu ya antiseptiki
cystitis	uvimbe
dentist	daktari wa meno
diarrhoea	uharo
doctor	daktari
hospital	hospitali
ill	-gonjwa
medicine	dawa
painkillers	dawa ya kupunguza maumivu
pharmacy	famasia
to prescribe	kuandikiwa
thrush	mkesha

10. Language difficulties

a few words   maneno machache
interpreter   mkalimani
to translate   kutafsiri

kadi yako ya benki imekataliwa ◀
your credit card has been refused

---

what, I don't understand; do you speak English?
▶ nini, mbona sielewi, je unaongea Kiingereza?

---

hii si halali ◀
this isn't valid

---

could you say that again?   **slowly**
▶ utaweza kurudia ulichosema?   ▶ polepole

I understand very little Swahili
▶ ninaelewa Kiswahili kidogo sana

I speak Swahili very badly
▶ ninaongea Kiswahili vibaya sana

---

huwezi kutumia kadi hii kwa malipo ◀
you can't use this card to pay

unaelewa? ◀
do you understand?

---

sorry, no
▶ samahani, hapana

is there someone who speaks English?
▶ je, kuna mtu anaongea Kiingereza?

oh, now I understand
▶ aha, sasa naelewa

is that ok now?
▶ je, hii ni sawa sasa?

22

11. Meeting people

hello
▶ habari

habari, jina langu ni Asha ◀
hello, my name's Asha

Graham, from England, Thirsk
▶ Graham, kutoka Uingereza, Thirsk

sipajui, pako sehemu gani? ◀
don't know that, where is it?

not far from York, in the North; and you?
▶ sio mbali na York, kaskazini, na wewe?

ninatoka Nairobi, uko hapa peke yako? ◀
I'm from Nairobi; here by yourself?

no, I'm with my wife and two kids
▶ hapana, niko na mke wangu na watoto wawili

what do you do?
▶ unafanya kazi gani?

ninahusika na makompyuta ◀
I'm in computers

me too
▶ mimi pia

here's my wife now
▶ mke wangu huyu hapa

nimefurahi kukujua ◀
nice to meet you

12. Post offices

airmail	barua ya ndege
post card	postikadi
post office	posta
stamp	stempu

what time does the post office close?
▶ posta hufungwa saa ngapi?

saa kumi na moja kwa siku za wiki ◀
five o'clock weekdays

is the post office open on Saturdays?
▶ je, posta hufunguliwa jumamosi?

mpaka saa sita mchana ◀
until midday

I'd like to send this registered to England
▶ ninataka kutuma hii Uingereza kwa rejista

sawa, itakua ni shilingi 10,000 ◀
certainly, that will cost 10,000 shillings

and also two stamps for England, please
▶ na pia stempu mbili kwa Uingereza tafadhali

do you have some airmail stickers?
▶ unavyo vibandiko vya barua za ndege ?

do you have any mail for me?
▶ je, una barua zangu zozote?

kimataifa	**international**
barua	**letters**
ndani ya nchi	**domestic**
vifurushi	**parcels**

13. Restaurants

bill	bili
menu	menyu
table	meza

can we have a non-smoking table?
▸ tunaweza kupata meza ya wasiovuta sigara?

there are two of us
▸ tuko wawili

there are four of us
▸ tuko wanne

what's this?
▸ hii ni nini?

ni aina ya samaki ◂
it's a type of fish

ni ya utaalamu wa kienyeji ◂
it's a local speciality

njoo ndani na nitakuonesha ◂
come inside and I'll show you

we would like two of these, one of these, and one of those
▸ tungependa mbili za hizi, moja ya hizi na moja ya zile

na kunywa? ◂
and to drink?

red wine
▸ waini nyekundu

white wine
▸ waini nyeupe

a beer and two orange juices
▸ bia na juisi mbili za machungwa

some more bread please
▸ ongeza mkate tafadhali

kilikuaje chakula chenu? ◂
how was your meal?

excellent!, very nice!
▸ kizuri mno!, kizuri sana!

kitu kingine chochote? ◂
anything else?

just the bill thanks
▸ bili tu asante

14. Shopping

ninaweza kukusaidia? ◀
can I help you?

can I just have a look around?
▶ ninaweza kuangalia tu?

yes, I'm looking for ...
▶ ndio, ninatafuta ...

how much is this?
▶ hii ni bei gani?

shilingi elfu thelathini na mbili ◀
thirty-two thousand shillings

OK, I think I'll have to leave it; it's a little too expensive for me
▶ sawa, nadhani itabidi niiwache; ni ghali kiasi kwangu

hii je? ◀
how about this?

can I pay by credit card?
▶ ninaweza kulipa kwa kadi ya malipo?

it's too big
▶ ni kubwa mno

it's too small
▶ ni ndogo mno

it's for my son – he's about this high
▶ ni kwa mtoto wangu wa kiume – ana urefu kama huu

kutakua na chochote kingine? ◀
will there be anything else?

that's all thanks
▶ ni hiyo tu asante

make it twenty thousand shillings and I'll take it
▶ nifanyie shilingi elfu ishirini na nitaichukua

fine, I'll take it
▶ sawa, nitaichukua

deski la malipo	cash desk
fungwa	closed
kubadili	to exchange
seli	sale
wazi	open

15. Sightseeing

art gallery	nyumba ya sanaa
bus tour	basi la kutalii
city centre	katikati ya jiji
closed	fungwa
guide	mwongozaji
museum	nyumba ya makumbusho
open	wazi

I'm interested in seeing the old town
▸ ningependa kuona mji mkongwe

are there guided tours?
▸ je, kuna mizungusho yenye waongozaji?

samahani kumejaa kabisa ◂
I'm sorry, it's fully booked

how much would you charge to drive us around for four hours?
▸ utataka kiasi gani kutuzungusha kwa gari kwa masaa manne?

can we book tickets for the concert here?
▸ tunaweza kuwekeza hapa tiketi kwa ajili ya tamasha?

ndio, katika jina gani? ◂
yes, in what name?

kadi gani ya malipo? ◂
which credit card?

where do we get the tickets?
▸ tutazipata wapi tiketi

utazichukua mlangoni ◂
just pick them up at the entrance

is it open on Sundays?
▸ iko wazi Jumapili?

how much is it to get in?
▸ ni bei gani kuingia?

are there reductions for groups of 6?
▸ je, kuna upungazaji wa bei kwa vikundi vya watu 6?

that was really impressive!
▸ ile imevutia sana!

16. Trains

to change trains	kubadili treni
platform	ulingo
return	kuenda na kurudi
single	kuenda tu
station	stesheni
stop	simama
ticket	tiketi

how much is ...?
▶ ... ni bei gani?

a single, second class to ...
▶ kuenda tu, daraja la pili kuelekea ...

two returns, second class to ...
▶ mbili za kuenda na kurudi daraja la pili kuelekea ...

for today	**for tomorrow**	**for next Tuesday**
▶ kwa leo	▶ kwa kesho	▶ kwa jumanne ijayo

kuna ongezeko la bei kwa treni ya TAZARA ◀
there's a supplement for the TAZARA

unataka kuekeza kiti? ◀
do you want to make a seat reservation?

inabidi ubadili treni Dodoma ◀
you have to change at Dodoma

is this seat free?
▶ kiti hiki kiko wazi?

excuse me, which station are we at?
▶ samahani, tuko katika stesheni gani?

is this where I change for Dar es Salaam?
▶ je, ni hapa ndio ninabadili ili kuelekea Dar es Salaam?

English

→

Swahili

a, an* no equivalent

aardvark mhanga

about: about 20 kiasi cha ishirini

it's about 5 o'clock kiasi cha saa kumi na moja

a film about Africa filamu kuhusu Afrika

above juu

abroad ng'ambo

absolutely (I agree) kabisa

absorbent cotton pamba

accelerator ekselereta

accept kubali

accident ajali

there's been an accident kumetokea ajali

accommodation mahali pa kukaa

accurate sahihi

ache maumivu

my back aches nina maumivu mgongoni

across kuvuka

across the road kuvuka njia

adapter edepta (K), adapta (T)

address anwani

what's your address? anwani yako ni wapi?

address book kitabu cha anwani

admission charge kiingilio

adult mtu mzima

advance: in advance kitangulizi

aeroplane ndege, eropleni

Africa Afrika

African (adj) kiafrika

(noun) Mwafrika

after baada ya

after you tangulia tafadhali

after lunch baada ya chakula cha mchana

afternoon alasiri

in the afternoon alasiri

this afternoon leo alasiri

aftershave losheni ya 'aftershave'

aftersun cream krimu ya 'aftersun'

afterwards baadaye

again tena

against dhidi ya

age umri

ago: a week ago wiki iliyopita

an hour ago saa moja iliyopita

agree kubali

I agree nakubali

AIDS Ukimwi

air hewa

by air kwa ndege

air-conditioning kirekebisha hewa

airmail barua za ndege

by airmail kwa ndege

airmail envelope bahasha za barua za ndege

airplane ndege, eropleni

airport uwanja wa ndege

to the airport, please kwenye uwanja wa ndege, tafadhali

airport bus basi la uwanja

wa ndege
aisle seat kiti cha ujiani
alarm clock saa ya kengele
alcohol kileo
alcoholic yenye kulevya
all wote
  all the boys/girls watoto/
  wasichana wote
  all of it yote
  all of them wote
  that's all, thanks inatosha,
  asante
allergic: I'm allergic to ...
  ... inanidhuru
allowed: is it allowed?
  inaruhusiwa?
all right sawa
  I'm all right sina shida
  are you all right? una shida
  yoyote?
almond lozi
almost karibu
alone pekee
alphabet alfabeti

a	ah	n	en
b	beh	o	o
c	see	p	peh
ch	cheh	q	kyu
d	deh	r	reh
e	eh	s	es
f	feh	t	teh
g	geh	u	oo
h	heh	v	vee
i	ee	w	wah
j	jeh	x	eks
k	ka	y	yeh
l	el	z	zeh
m	em		

Ai

already tayari
also vilevile
although ingawa
altogether pamoja
always sikuzote
am*: I am mimi ni
am*: at seven am saa moja
  asubuhi
amazing (surprising)
  inashangaza
  (very good) nzuri sana
ambulance ambulensi
  call an ambulance! itisha
  ambulensi!
America Amerika, Marekani
American (adj) -a Kimarekani,
  -a Kiamerika
  (noun) Mwamerika,
  Mmarekani
  I'm American mimi ni
  Mmarekani
among miongoni mwa
amount idadi
  (money) jumla
amp: a 13-amp fuse fyuzi ya
  ampea kumi na tatu
and na
angry kasirika
animal mnyama
ankle kifundo cha mguu
anniversary (wedding)
  ukumbusho
annoy sumbua
  this man's annoying me mtu
  huyu ananisumbua
annoying yenye kusumbua
another -ingine
  can we have another room?
  twaweza kupata chumba

kingine?
  another beer, please biya
  nyingine, tafadhali
antelope palahala
antibiotics antibayotik
antifreeze kizuia ugandaji
antihistamine dawa ya
  mafua
antique kitu cha kizamani
  is it an antique? ni kitu cha
  kizamani?
antique shop duka la vitu vya
  kizamani
antiseptic antiseptik
any yoyote
  do you have any ...?
  una ...?
  sorry, I don't have any
  samahani, sina
anybody mtu yeyote
  does anybody speak English?
  kuna mtu yeyote asemaye
  Kiingereza?
  there wasn't anybody there
  hakukuwa na mtu yeyote
  huko
anything kitu chochote

dialogues

  anything else? kitu
  chochote kingine?
  nothing else, thanks
  sihitaji kingine, asante

  **would you like anything to
  drink?** unataka kunya kitu
  chochote?
  I don't want anything,

  thanks sitaki kitu
  chochote, asante

apart from mbali na
apartment fleti, ghorofa
apartment block jumba lenye
  fleti
apology kuomba radhi
appendicitis ugonjwa wa
  chango
appetizer kianzio
apple epul
appointment miadi

dialogue

  **good morning, how
  can I help you?** habari
  za asubuhi, unahitaji
  huduma yoyote?
  **I'd like to make an
  appointment** nataka
  kuweka miadi ya
  mkutano
  what time would you like?
  unataka iwe saa ngapi?
  three o'clock saa tatu
  **I'm afraid that's not
  possible, is four o'clock
  all right?** nasikitika,
  haiwezekani, je saa kumi
  ni sawa?
  yes, that will be fine ndiyo,
  sawa
  the name was ...? jina ni
  nani ...?

apricot aprikoti
April Aprili, mwezi wa nne (T)

are*: we are sisi ni

you are wewe ni

they are wao ni

area eneo

area code namba ya jimbo la simu

arm mkono

arrange tayarisha

will you arrange it for us? waweza kututayarishia?

arrival kuwasili

arrive (people) fika

(things) wasili

when do we arrive? tutafika lini?

has my fax arrived yet? feksi yangu imeshawasili?

we arrived today tumefika leo

art sanaa

art gallery jumba la sanaa

artist msanii

as kama

as big as ni kubwa kama

as soon as possible kwa haraka kama iwezekanavyo

ashtray eshtrei

ask omba

(for something) taka

I didn't ask for this sikutaka hii

could you ask him to ...? waweza kumwomba ku ...?

asleep: she's asleep amelala

aspirin aspirini

asthma pumu

astonishing yenye kushangaza

at kwenye

at the hotel kwenye hoteli

at the station kwenye stesheni

at six o'clock saa kumi na mbili

at Maisara's kwa Maisara

athletics riadha

attractive inavutia

aubergine biringani

August Agosti, mwezi wa nane (T)

aunt (paternal) shangazi

(maternal) mama mdogo

Australia Australia

Australian (adj) -a Kiaustralia

(noun) Mwaustralia

I'm Australian mimi ni Mwaustralia

automatic (adj) -a automatik

(noun: car) gari ya automatik

autumn majira ya pukutiko la majani

in the autumn katika majira ya pukutiko la majani

avenue barabara

average (not good) wastani

on average kwa wastani

avocado parachichi

awake: is he awake? yu macho?

away: go away! ondoka!

is it far away? ni mbali sana?

awful mbaya sana

axle ekseli

B

baboon nyani

baby mtoto mchanga

baby food chakula cha watoto wachanga
baby's bottle chupa ya kunyonyeshea
baby-sitter mlezi wa muda
back (of body) mgongo
(back part) nyuma
at the back nyuma
can I have my money back? waweza kunirudishia pesa zangu?
to come back kuja
to go back kurudi
backache maumivu ya mgongo
bacon nyama ya nguruwe
bad -baya
a bad headache maumivu mabaya ya kichwa
badly vibaya
bag mfuko
(handbag) mkoba
(suitcase) sutikesi
baggage mizigo
baggage checkroom ofisi ya kuweka mizigo
baggage claim eneo la kujipatia mizigo
bakery duka la mikate na keki
balcony roshani
a room with a balcony chumba chenye roshani
bald -enye upara
ball (large) mpira
(small) kipira
ballet dansi ya bale
balloon (hot air) baluni
ballpoint pen bolpeni
banana ndizi

band (musical) bendi
bandage bendeji
Bandaid® plasta
bank (money) benki
bank account akauti ya benki
bar baa
a bar of chocolate chokoleti
barber's kinyozi
bargaining kupatana

dialogue

> how much is this? hii bei gani?
> that's too expensive ni ghali sana
> how about a hundred shillings? utauza kwa shilingi mia moja?
> I'll let you have it for one hundred and fifty shillings chukua kwa shilingi mia na hamsini
> can you reduce it a bit more?/OK, it's a deal utapunguza tena kidogo/ haya, sawa

basket kikapu
bath bafu
can I have a bath? naweza kuoga?
bathroom bafu
with a private bathroom - enye bafu ya faragha
bath towel taulo, taula
bathtub bafu
battery betri
bay ghuba

be* kuwa
beach pwani
  on the beach pwani
beach mat mkeka wa
  kutumia pwani
beach umbrella mwavuli wa
  kutumia pwani
beads shanga
beadwork nakshi ya shanga
beans maharagwe
  French beans maharagwe ya
  kifaransa
beard ndevu
beautiful -zuri
because kwa sababu
  because of ... kwa sababu
  ya ...
bed kitanda
  I'm going to bed now
  nakwenda kulala
bed and breakfast kulala na
  chakula cha asubuhi
bedroom chumba cha kulala
beef nyama ya ng'ombe
beer biya (K), bia (T)
  two beers, please biya mbili,
  tafadhali
before kabla
begin anza
  when does it begin? inaana
  wakati gani?
beginner mwanagenzi
beginning mwanzo
  at the beginning mwanzoni
behind nyuma
  behind me nyuma yangu
Belgian (adj) -a Kibelgiji
Belgium Ubelgiji
believe amini

below chini
belt ukanda
bend (in road) yenye kupinda
berth (on ship) kitanda
beside: beside the ... kando
  ya ...
best bora kabisa
better bora zaidi
  are you feeling better?
  umepata nafuu sasa?
between baina ya
beyond mbele ya
bicycle baiskeli
big kubwa
  too big kubwa sana
  it's not big enough si kubwa
  ya kutosha
bikini bikini
bill bili
  (US: banknote) noti
  could I have the bill,
  please? naweza kupata bili,
  tafadhali?
bin pipa
binoculars darubini
bird ndege
birthday siku ya kuzaliwa
  happy birthday! furaha kwa
  siku ya kuzaliwa!
biscuit biskuti
bit: a little bit sehemu ndogo
  a big bit sehemu kubwa
  a bit of ... sehemu ya ...
  a bit expensive ni ghali
bite (by animal, insect etc) uma
bitter (taste etc) chungu
black nyeusi
blanket blanketi
bless you! (after sneezing) afya!

blind kipofu
blinds pazia
blister lengelenge
blocked zibika
blond (adj) 'blond'
blood damu
 high blood pressure presha
 ya damu
blouse blauzi
blow-dry kausha kwa blowa
 I'd like a cut and blow-dry
 kata na kausha nywele kwa
 blowa
blue buluu
 blue eyes macho ya buluu
boarding house nyumba ya
 kupanga
boarding pass pasi ya
 kuingilia chomboni
boat boti
body mwili
boiled egg yai la kuchemsha
bone mfupa
bonnet (of car) boneti
book (noun) kitabu
 (verb) wekesha
 can I book a seat? naweza
 kuwekesha kiti?

dialogue

I'd like to book a table for
two nataka kuwekesha
meza kwa watu wawili
what time would you like
it booked for? unataka
iwekeshwe saa ngapi?
half past seven saa moja
na nusu

that's fine sawa
and your name? jina lako
nani?

bookshop, bookstore duka la
 vitabu
boot (footwear) kiatu
 (of car) buti
border (of country) mpaka
bored choshwa
 I'm bored nemechoshwa
boring -enye kuchosha
born: I was born in
 Manchester nilizaliwa
 Manchester
 I was born in 1960 nilizaliwa
 mwaka elfu mia tisa na sitini
borrow azima
 may I borrow ...? naweza
 kuazima ...?
both -ote mbili
bother: sorry to bother you
 samahani kukusumbua
bottle chupa
 a bottle of beer chupa moja
 ya biya
bottle-opener kifungulia
 chupa
bottom (of person) matako
 at the bottom of ... (hill, street
 etc) chini ya ...
box sanduku
box office ofisi ya kukatia
 tiketi
boy mvulana
boyfriend rafiki wa kiume
bra sidiria
bracelet bangili
brake breki

brandy brandi
bread mkate
  white bread mkate mweupe
  brown bread mkate kahawia
  wholemeal bread mkate wa
  ngano
break (verb) vunja
  I've broken the ...
  nimevunja ...
  I think I've broken my
  wrist nafikiri nimevunjika
  kifundo cha mkono
break down haribika
  I've broken down gari langu
  limeharibika
breakdown kuharibika
breakdown service huduma
  ya magari yaharibikayo
breakfast chakula cha
  asubuhi
breast kifua
breathe vuta pumzi
breeze upepo
bridge (over river) daraja
brief -fupi
briefcase mkoba
bright (light etc) -enye nuru
  bright red nyekundu
  inayong'ara
brilliant (idea, person) -zuri sana
bring leta
bring back rejesha
  I'll bring it back later
  nitairejesha baadaye
Britain Uingereza
British -a Kiingereza
brochure brosha (K),
  kabrasha (T)
broken vunjika

bronchitis mkamba, ugonjwa
  wa kifua
brooch bruchi
broom ufagio
brother ndugu
brother-in-law shemeji
brown kahawia
bruise chubuka
brush burashi
  (for cleaning) ufagio
bucket ndoo
buffalo nyati
buffet car behewa la bafe
bug mdudu
buggy (for child) kichukulia
  watoto
building ujenzi
bulb (light bulb) balbu
bumper (of car) bampa la gari
bunk kitanda
bureau de change mahali pa
  kubadilishia pesa
burglary wizi
burn (noun) mchomo
  (verb) unguza
burnt ungua
  this is burnt hii imeungua
burst: a burst pipe paipu
  iliyopasuka
bus basi
  what number bus is it
  to ...? basi la namba gani
  liendalo ...?
  when is the next bus to ...?
  wakati gani kuna basi
  liendalo ...?
  what time is the last bus?
  basi la mwisho laondoka
  wakati gani?

dialogue

> **does this bus go to ...?**
> basi hili linakwenda ...?
> **no, you need a number ...**
> hapana, unahitaji
> namba ...

business biashara
bus station stesheni ya basi
bus stop kituo cha basi
bust kifua
busy -enye shughuli nyingi
 I'm busy tomorrow nitakuwa
 na shughuli nyingi kesho
but lakini
butcher's duka la nyama
butter siagi
button kifungo
buy nunua
 where can I buy ...? naweza
 kununua wapi ...?
by: by bus/car kwa basi/gari
 written by ... imeandikwa
 na ...
 by the window karibu na
 dirisha
 by the sea karibu na bahari
 by Thursday ifikapo
 Alhamisi
bye kwa heri

C

cabbage kabeji
cabin (on ship) kebin
café mkahawa
cagoule koti la mvua

cake keki
cake shop duka la keki
call (verb) ita
 (to phone) piga simu
 what's it called? inaitwaje?
 he/she is called ... anaitwa ...
 please call the doctor mwite
 daktari, tafadhali
 **please give me a call at
 7.30am tomorrow** niamshe
 saa moja u nusu kesho
 asubuhi, tafadhali
 please ask him to call me
 mwambie anipigie simu,
 tafadhali
call back (phone back) piga simu
 I'll call back later nitapiga
 simu tena baadaye
call round pitia
 I'll call round tomorrow
 nitakupitia kesho
camcorder kamkoda
camel ngamia
camera kamera
camera shop duka la kamera
camp (verb) kupiga kambi
 can we camp here?
 tunaweza kupiga kambi
 hapa?
camping gas gesi ya kutumia
 kambini
campsite kambi
can (tin) mkebe
 a can of beer mkebe wa biya
can*: can you ...? unaweza ...?
 can I have ...? naweza
 kupata ...?
 I can't ... siwezi ...
 can we ...? tunaweza ...?

he can't ... hawezi ...
Canada Kanada
Canadian Mkanada
I'm Canadian mimi ni
  Mkanada
canal mfereji
cancel futa
candies peremende
candle mshumaa
canoe mtumbwi
canoeing kuendesha
  mtumbwi
can-opener kifugulia mkebe
cap (hat) kofia
  (of bottle) kizibo
car gari
  by car kwa gari
carburettor kabureta
card (birthday etc) kadi
  here's my (business) card
  kadi yangu hii
cardigan sweta
cardphone simu ya kutumia
  kadi
careful -enye hadhari
  be careful! tahadhari!
caretaker mlinzi
car ferry feri ya magari
carnival kanivali
car park maegesho ya
  magari
carpet zulia
car rental gari za kukodi
carriage (of train) behewa
carrier bag mfuko
carrot karoti
carry beba
carry-cot kibebea mtoto
carton katoni

carving kinyago
case (suitcase) sutikesi
cash (noun) pesa
  (verb) badilisha
  will you cash this for me?
  waweza kunibadilishia hii?
cash desk kaunta ya keshia
cashew nuts korosho
cassette kaseti
cassette recorder kasetirikoda
castle ngome
casualty department wadi ya
  majeruhi
cat paka
catch (verb) pata
  where do we catch the bus
  to Mombasa? tunaweza
  kupata basi wapi kwenda
  Mombasa?
cathedral kanisa
Catholic (adj) -a Kikatoliki
cauliflower koliflawa
cave pango
caving kuingia mapangoni
ceiling dari
celery seleri (K), figili (T)
cemetery makabunini
centigrade sentigredi
centimetre sentimita
central -a katikati
central heating upashaji joto
  nyumba
centre katikati
  how do we get to the city
  centre? tunawezaje kufika
  katikati ya mji?
certainly hakika
  certainly not la hasha
chair kiti

change (noun: money) chenji
(verb) badilisha
can I change this for ...?
naweza kubadilisha hii
kwa ...?
I don't have any change sina
chenji
**can you give me change for
a 500-shilling note?** unaweza
kunibadilishia noti ya
shilingi mia tano?

dialogue

> **do we have to change
> (trains)?** ni lazima
> tubadilishe treni?
> **yes, change at Kisumu**
> ndiyo, badilisha huko
> Kisumu
> **no, it's a direct train**
> hapana, treni inakwenda
> moja kwa moja

changed: **I have to get
changed** lazima nibadilishe
nguo
charge (noun) malipo
(verb) toza
charge card kadi ya malipo
cheap rahisi
**do you have anything
cheaper?** una chochote
kilicho rahisi zaidi?
check (US: cheque) cheki, hundi
(US: bill) bili
(verb) cheki
**could you check the ...,
please?** unaweza kucheki ...,

tafadhali?
**could I have the check,
please?** naweza kupata bili,
tafadhali?
check in andikisha
**where do we have to check
in?** pa kujiandikisha ni wapi?
check-in kujiandikisha,
chekin
cheek (on face) shavu
cheerio! kwa heri!
cheers! (toast) chiaz!, kwa afya
yako!
cheese jibini
cheetah duma
chemist's duka la dawa
cheque cheki, hundi
do you take cheques?
naweza kulipa kwa cheki?
cheque book kijitabu cha
cheki
cheque card kadi ya
kuthibitisha cheki
cherry cheri
chest kifua
chewing gum ubani
chicken (bird) kuku
(meat) nyama ya kuku
chickenpox tetekuwanga
child mtoto
children watoto
child minder mwangalizi wa
watoto
children's pool bwawa la
watoto
children's portion sehemu ya
watoto
chin kidevu
Chinese (adj) -a Kichina

chips chipsi
(US) krispu
chocolate chokoleti
milk chocolate chokoleti ya maziwa
plain chocolate chokoleti kahawia
a hot chocolate chokoleti i moto ya kunywa
cholera kipindupindu
choose chagua
Christian name jina la ubatizo
Christmas Krismasi, Noeli
Christmas Eve mkesha wa Krismasi
merry Christmas! furaha ya Krismasi!
church kanisa
cigar sigaa
cigarette sigara
cigarette lighter laita
cinema sinema
circle duara
city mji
city centre katikati ya mji
clean (adj) safi
(verb) safisha
can you clean these for me? unaweza kunisafishia hivi?
cleaning solution (for contact lenses) dawa ya kusafishia lenzi
cleansing lotion losheni ya kusafishia ngozi
clear angavu
(obvious) dhahiri
clever hodari
cliff genge

climbing kuparamia milima
cling film utando ganda
clinic kliniki
clock saa
close (verb) funga

dialogue

what time does the shop/ office close? hufunga duka/ofisi saa ngapi?
it closes at 8pm on weekdays and 6pm on Saturdays hufunga saa mbili usiku siku za kazi na saa kumi na mbili jioni Jumamosi
do you close for lunch? hufunga wakati wa chakula cha mchana?
yes, between 1 and 3.30pm ndiyo, baina ya saa saba na saa tisa u nusu

closed (office) imefungwa
(shop) limefungwa
cloth kitambaa
clothes nguo
clothes line kamba ya kuanikia nguo
clothes peg kibanio
cloud mawingu
cloudy kumetanda mawingu
clutch klachi
coach (bus) basi
(on train) behewa
coach station stesheni ya mabasi

coach trip safari kwa basi

coast pwani

on the coast pwani

coat (long coat) koti

(jacket) jaketi

coathanger kitundikia nguo

cockroach mende

cocoa kakao

coconut nazi

code (for phoning) kode

what's the (dialling) code for Arusha? kode ya simu ya Arusha ni ipi?

coffee kahawa

two coffees, please vikombe viwili vya kahawa, tafadhali

coin sarafu

Coke® kokakola

cold baridi

I'm cold nahisi baridi

I have a cold nina mafua

collapse: he's collapsed amezimia

collar ukosi

collect chukua

I've come to collect ... nimekuja kuchukua ...

collect call simu ya kulipwa na mpokeaji

college chuo

colour rangi

do you have this in other colours? unayo hii ya rangi nyingine?

colour film filamu ya rangi

comb (noun) kitana

come wasili

dialogue

where do you come from?
unatoka wapi?
I come from Edinburgh
natoka Edinburgh

come back rudi

I'll come back tomorrow nitarudi kesho

come in ingia

comfortable -a starehe

Comoros Islands visiwa vya Ngazija

compact disc diski

company (business) kampuni

compartment (on train) behewa

compass dira

complain lalamika

complaint malalamiko

I have a complaint sikuridhika

completely kabisa

computer kompyuta

concert burudani la muziki

concussion mtikisiko wa ubongo

conditioner (for hair) kilainisha nywele

condom kondomu

conference mkutano

confirm thibitisha

congratulations! hongera!

connecting flight flaiti ya kuendeleza safari

connection (in travelling) uwezo wa kuendeleza safari

conscious -enye fahamu

constipation kutopata choo

consulate Ubalozi Mdogo
contact (verb) wasiliana
contact lenses (miwani)lenzi
contraceptive kikingamimba
convenient -enye kufaa
  that's not convenient si
  wakati unaofaa
cook (verb) pika
  not cooked haikupikika
  vyema
cooker jiko
cookie biskuti
cooking utensils vyombo vya
  kupikia
cool baridi kidogo
coral reef tumbawe
cork kizibo
corkscrew kizibuo
corner: on the corner kwenye
  kona
  in the corner katika kona
cornflakes konflak
correct (right) sahihi
corridor ujia
cosmetics vipodozi
cost (verb) gharimu
  how much does it cost? ni
  bei gani?
cot kibebea mtoto mchanga
cotton pamba
cotton wool pamba
couch (sofa) kochi
couchette kitanda katika
  treni
cough (noun) kikohozi
cough medicine dawa ya
  kikohozi
could: could you ...?
  unaweza ...?

could I have ...? naweza
kupata ...?
I couldn't ... sikuweza ...
could we ...? tunaweza ...?
could she ...? anaweza ...?
country shamba
  (nation) nchi
countryside shamba
couple (two people) wawili
  a couple of ... ... chache
courgette mung'unye
courier tarishi
course (main course etc) mlo
  of course bila ya shaka
  of course not bila ya shaka
  sivyo
cousin binamu
cow ng'ombe
crab kaa
cracker (biscuit) biskuti
craft shop duka la sanaa
crash (noun) mgongano
  I've had a crash nimepata
  ajali ya mgongano
crazy -enye wazimu
cream (in cake) krimu
  (lotion) losheni
  (colour) rangi ya malai
creche 'creche'
credit card kreditkadi, kadi
  ya malipo
  do you take credit cards?
  nikulipe kwa kreditkadi?

dialogue

can I pay by credit card?
naweza kulipa kwa
kreditkadi?

which card do you want to use? unataka kutumia kadi gani?
Access/Visa Ekses/Viza
yes, sir sawa, Bwana
what's the number? namba ya kadi?
and the expiry date? na tarehe ya kumalizikia?

crisps krispu
crockery vyombo vya kulia
crocodile mamba
crossing (by sea) kuvuka
crossroads njia (ya) panda
crowd kundi
crowded songana
crown (on tooth) kijazo cha jino
cruise (by ship) safari kwa meli
crutches mikongojo ya kwapani
cry (verb) lia
cucumber tango
cup kikombe
 a cup of ..., please kikombe kimoja cha ..., tafadhali
cupboard kabati
cure (verb) ponesha
curly -enye mawimbi
current (electrical) umeme
 (in water) mkondo
curtains mapazia
cushion takia
custom mila
Customs Forodha
cut (noun) mkato
 (verb) kata
 I've cut myself nimejikata
cutlery vifaa vya kulia

cycling kupanda baisikeli
cyclist mpanda baisikeli

D

dad baba
daily kila siku
damage (verb) haribu
 damaged -haribika
 I'm sorry, I've damaged this samahani, nimeiharibu hii
damn! potelea mbali!
damp (adj) -a majimaji
dance (noun) dansi
 (verb) kucheza dansi
 would you like to dance? ungependa kucheza dansi?
dangerous -enye hatari
Danish (adj) -a Kidenish
dark (adj) nyeusi
 it's getting dark giza linaanza kuingia
date* tarehe
 what's the date today? ni tarehe gani leo?
 let's make a date for next Monday miadi yetu iwe ni Jumatatu ijayo
dates (fruit) tende
daughter mtoto wa kike
daughter-in-law mkwe
dawn alfajiri
 at dawn alfajiri
day siku
 the day after siku inayofuatia
 the day after tomorrow kesho kutwa

45

the day before siku
iliyotangulia
the day before yesterday juzi
every day kila siku
all day mchana kutwa
in two days' time mnamo
siku mbili
have a nice day nakutakia
siku njema
day trip safari ya matembezi
dead -liokufa
deaf kiziwi
deal (business) patana
it's a deal tumekubaliana
death kifo
decaffeinated coffee kahawa
isiyokuwa na kafeini
December Desemba, mwezi
wa kumi na mbili (T)
decide amua
we haven't decided yet
hatujaamua bado
decision uamuzi
deck (on ship) deki
deckchair kiti cha kujinyoshea
deep -enye kina
definitely bila shaka
definitely not sikubali hata
kidogo
degree (qualification) digrii
dehydrated -liokauka
delay (noun) kukawia
deliberately kwa makusudi
delicatessen duka la vyakula
tayari
delicious damu
deliver wasilisha
delivery (of mail) uwasilishaji
Denmark Denmark

dental floss nyuzi za
kusafishia meno
dentist daktari wa meno

dialogue

it's this one here ni hii
hapa
this one? hii?
no, that one hapana,
nataka ile
here hapa
yes ndiyo

dentures meno bandia
deodorant kiondoa harufu
mbaya
department idara
department store duka la vitu
anuai
departure kuondoka
departure lounge ukumbi wa
kuondokea
depend: it depends
inategemea
it depends on ... inategemea
juu ya ...
deposit (as security) amana
(as part payment) rubuni
description maelezo
desert acha
dessert kimalizio
destination paishio safari
develop (film) safisha

dialogue

could you develop these
films? waweza kusafisha

filamu hizi?
yes, certainly ndiyo, bila shaka
when will they be ready? zitakuwa tayari lini?
tomorrow afternoon kesho alasiri
how much is the four-hour service? huduma ya saa nne ni kiasi gani?

diabetic (noun) mgonjwa wa kisukari
dial (verb) piga simu
dialling code kode ya simu
diamond almasi
diaper nepi
diarrhoea kuharisha
do you have something for diarrhoea? una dawa ya kuzuia kuharisha?
diary kitabu cha kumbukumbu
dictionary kamusi
didn't* usifanye
  see **not**
die fariki
diesel dizeli
diet chakula maalumu (slimming) dayat
I'm on a diet nimo katika dayat
I have to follow a special diet inanibidi kula chakula maalumu cha dayat
difference tofauti
what's the difference? kuna tofauti gani?
different tofauti

this one is different hii ni nyingine
a different table meza nyingine
difficult ngumu
difficulty ugumu
dinghy kihori
dining room chumba cha kulia
dinner (evening meal) chakula kikuu cha usiku
to have dinner kula chakula kikuu cha usiku
direct (adj) moja kwa moja
is there a direct train? kuna treni iendayo moja kwa moja?
direction kuelekea
which direction is it? kuelekea wapi?
is it in this direction? ni kuelekea huku?
directory enquiries huduma ya maulizo kwa simu
dirt uchafu
dirty chafu
disabled: disabled person mlemavu
is there access for the disabled? kuna nafasi ya kupita walemavu?
disappear toweka
it's disappeared imepotea
disappointed kutoridhishwa
disappointing inasikitisha
disaster msiba
disco disko
discount kipunguzo cha bei
is there a discount? kuna kipunguzo cha bei?

disease ugonjwa
disgusting inakirihisha
dish (meal) chakula
  (bowl) bakuli
disk (for computer) 'disk'
disposable nappies/diapers
  nepi za tumia-utupe
distance umbali
  in the distance kwa mbali
distilled water maji ya
  mvuke
district wilaya
disturb sumbua
diversion (detour) ugeuzaji
  wa njia
diving kupiga mbizi
diving board ubao wa kupigia
  mbizi
divorced: I'm divorced mimi
  ni mtalaka
divorcé(e) mtalaka
dizzy: I feel dizzy nahisi
  kizunguzungu
do (verb) fanya
  what shall we do? tufanye
  nini?
  how do you do it?
  unafanyaje?
  will you do it for me? waweza
  kunifanyia?

dialogues

how do you do? hujambo?
nice to meet you
nimefurahi kuonana nawe
what do you do? (work)
unafanya kazi gani?
I'm a teacher, and you?

mimi ni mwalimu, na
wewe je?
I'm a student mimi ni
mwanafunzi
what are you doing this
evening? unafanya nini
leo jioni?
we're going out for a
drink, do you want to
join us? tunakwenda
kujiburudisha kwa
vinywaji, unataka kuja
nasi?

do you want cream?
unataka krimu?
I do, but she doesn't
nataka, lakini yeye
hataki

doctor daktari
we need a doctor tunahitaji
daktari
please call a doctor tafadhali
mwite daktari
flying doctor huduma ya
daktari kwa ndege

dialogue

where does it hurt?
panapouma ni wapi?
right here hapa
does that hurt now?
panauma sasa hivi?
yes ndiyo
take this to the chemist
chukua hii uende duka la
madawa

document waraka
dog mbwa
doll mtoto wa bandia
domestic flight safari za ndege za ndani
donkey punda
don't!* usifanye!
  don't do that! usifanye hivyo!
  see not
door mlango
doorman bawabu
double maradufu
double bed kitanda cha watu wawili
double room chumba cha watu wawili
doughnut donati
down chini
  down here hapa chini
  put it down over there weka pale chini
  it's down there on the right ni pale upande wa kulia
  it's further down the road ni mbele zaidi njiani
downstairs chini
dozen darzeni
  half a dozen nusu darzeni
draught beer biya ya pipa
draughty: it's draughty kuna upepo baridi
drawer mtoto wa meza
drawing uchoraji
dreadful -baya sana
dream (noun) ndoto
dress (noun) nguo
dressed: get dressed! vaa nguo!
dressing (for wound) bendeji ya

vidonda
salad dressing kiungo cha saladi
dressing gown vazi la mapumziko
drink (noun: alcoholic) pombe (non-alcoholic) kinywaji (verb) kunywa
  a cold drink kinywaji baridi
  can I get you a drink? nikupatie kinywaji cha pombe?
  what would you like (to drink)? unataka kunywa nini?
  no thanks, I don't drink A'a, asante, sinywi pombe
  I'll just have a drink of water nataka kunywa maji tu
drinking water maji ya kunywa
  is this drinking water? haya ni maji ya kunywa?
drive (verb) endesha
  we drove here tumekuja kwa gari hapa
  I'll drive you home nitakupeleka nyumbani kwa gari
driver dereva
driving licence leseni ya gari
drop: just a drop, please (of drink) nataka kidogo tu, tafadhali
drug (medicine) dawa
drugs (narcotics) madawa ya kulevya
drums ngoma
drunk (adj) amelewa

drunken driving uendeshaji
gari wa kilevi
dry (adj) kavu
(wine) isiyo tamu
dry-cleaner dobi
dry season kiangazi
duck (bird) bata
(meat) nyama ya bata
due tarajiwa
**he was due to arrive
yesterday** alitarajiwa
kuwasili jana
when is the train due? treni
inatarajiwa kuwasili wakati
gani?
dull (pain) hafifu
(weather) yenye mawingu
dummy (baby's) nyonyo bandia
during muda
dust vumbi
dustbin pipa la taka
dusty yenye vumbi
Dutch (adj) -a Kiholanzi
duty-free (goods) isiyolipiwa
ushuru
duty-free shop duka liuzalo
vitu bila ushuru
duvet mfarishi

E

each kila moja
how much are they each? bei
gani kila moja?
ear sikio
earache maumivu ya sikio
I have earache nina
maumivu sikioni

early mapema
early in the morning asubuhi
mapema
I called by earlier nilipitia
hapa kabla
earrings herini
east mashariki
in the east mashariki
East Africa Afrika ya
Mashariki
East African (adj) -a Afrika ya
Mashariki
Easter Pasaka
eastern -a mashariki
easy rahisi
eat kula
we've already eaten, thanks
tumeshakula, asante
eau de toilette manukato ya
msalani
ebony mpingo
economy class viti vya bei
rahisi
egg yai
eggplant biringani
either mojawapo
either ... or ... ama ... au ...
either of them kimojawapo
eland pofu
elbow kiwiko
electric -a umeme
electrical appliances vifaa vya
umeme
electrician fundi umeme
electricity umeme
elephant tembo, ndovu
elevator lifti
else: something else kitu
kingine

somewhere else mahali
pengine

dialogue

> would you like anything
> else? unataka kitu
> chochote kingine?
> no, nothing else, thanks
> hapana, sitaki chochote
> zaidi, asante

email i-mail, 'email'
embassy Ubalozi
emergency dharura
 this is an emergency! hili ni
 jambo la dharura!
emergency exit mlango wa
 dharura
empty tupu
end (noun) mwisho
 at the end of the street
 mwisho wa njia
 when does it end?
 inamalizika wakati gani?
engaged (toilet, telephone)
 inatumika
 (man/woman) poswa/posa
engine (car) injini
England Uingereza
English (adj) -a Kiingereza
 (language) Kiingereza
 I'm English mimi ni
 Mwingereza
 do you speak English?
 unaelewa Kiingereza?
enjoy furahia
 to enjoy oneself kujifurahisha

dialogue

> how did you like the film?
> uliipenda filamu?
> I enjoyed it very much
> – did you enjoy it?
> nilifurahika nayo sana – je
> wewe ilikufurahisha?

enjoyable yafurahisha
enlargement (of photo) ukuzaji
 wa picha
enormous kubwa sana
enough ya kutosha
 there's not enough haitoshi
 it's not big enough si kubwa
 that's enough inatosha
entrance mlango
envelope bahasha
epileptic (noun) mwenye kifafa
equipment vifaa
error kosa
especially hususan
essential muhimu
 it is essential that ... ni
 muhimu kwamba ...
Ethiopia Ithiopia, Uhabeshi
Ethiopian (adj) -a Kiithiopia
Europe Ulaya
European (adj) -a kizungu
even hata
 even if ... hata ikiwa ...
evening jioni
 this evening leo jioni
 in the evening jioni
evening meal chakula cha jioni
eventually mwishowe
ever wakati wo wote

dialogue

have you ever been to Serengeti? umepata kufika Serengeti?
yes, I was there two years ago ndiyo, nilikuwa huko miaka miwili iliyopita

every kila
  every day kila siku
everyone kila mtu
everything kila kitu
everywhere kila mahali
exactly! hasa!
exam mtihani
example mfano
  for example kwa mfano
excellent bora kabisa
  excellent! nzuri sana!
except ila
excess baggage mizigo iliyozidi uzito
exchange rate kima cha kubadilishia sarafu
exciting -a kusisimua
excuse me (to get past) samahani nipishe
  (to get attention, to say sorry) samahani
exhausted (tired) -choka kabisa
exhaust (pipe) paipu ya ekzosi
exhibition maonyesho
exit mlango wa kutokea
  where's the nearest exit? uko wapi mlango wa karibu wa kutokea?

expect tarajia
expensive ghali
experienced mwenye uzoefu
explain eleza
  can you explain that? unaweza kuelezea hayo?
express (mail) -a haraka
  (train) iendayo kasi
extension (telephone) ekstenshan
  extension 221, please ekstenshan mbibli, mbili, moja, tafadhali
extra zaidi
  can we have an extra one? tunaweza kupata moja zaidi?
  do you charge extra for that? unatoza malipo zaidi kwa hiyo?
extraordinary -a ajabu
extremely kabisa
eye jicho
  will you keep an eye on my suitcase for me? tafadhali nitazamie begi langu?
eyebrow pencil kitilia rangi nyusi
eye drops dawa ya kusafisha macho
eyeglasses miwani
eyeliner wanja wa kupaka kwenye kope
eye make-up remover kiondoa rangi za pambo machoni
eye shadow rangi ya kupambia macho

F

face uso
factory kiwanda
Fahrenheit Farenhaiti
faint (verb) zimia
  she's fainted amezimia
  I feel faint nahisi karibu
  kuzimia
fair (funfair) ramsa
  (trade) maonyesho ya
  biashara
  (adj) -a haki
fairly kwa kiasi
fake (noun) bandia
fall (verb) anguka
  she's had a fall alianguka
fall (US) majira ya pukutiko la
  majani
  in the fall katika majira ya
  pukutiko la majani
false -a uongo
family familia
fan (electrical) feni
  (handheld) upepeo
  (sports) mshabiki
fan belt ukanda wa feni
fantastic -a ajabu
far mbali

dialogue

  is it far from here? ni mbali
  kutoka hapa?
  no, not very far hapana, si
  mbali sana
  well how far? basi ni
  umbali gani?

  it's about 20 kilometres
  kama kilomita ishirini
  hivi

fare (bus, rail etc) nauli
farm shamba
fashionable -a mtindo wa
  kisasa
fast -a haraka
fat (person) -nene
  (on meat) shahamu
father baba
father-in-law baba mkwe
faucet mfereji
fault kosa
  sorry, it was my fault
  samahani, ilikuwa kosa
  langu
  it's not my fault si kosa langu
faulty ina dosari
favourite kipenzi
fax (noun) faksi
  (verb: person) kumpelekea faksi
  (document) kupeleka faksi
February Februari, mwezi wa
  pili (T)
feel hisi
  I feel hot nahisi joto
  I feel unwell sijisikii vizuri
  I feel like going for a walk
  nataka kwenda kutembea
  how are you feeling?
  unajionaje?
  I'm feeling better napata
  nafuu
fence ua
fender (US: of car) bampa la gari
ferry feri
festival sherehe

fetch leta
I'll fetch him nitamleta
will you come and fetch
me later? unaweza kuja
kunichukua baadaye?
feverish -enye kuhisi homa
few: a few chache
a few days siku chache
fiancé(e) mchumba
field uwanja
fight (noun) mapigano
figs tini
fill in jaza
do I have to fill this in? ni
lazima nijaze hii?
fill up jaza kabisa
fill it up, please tafadhali, jaza
kabisa
filling (in cake, sandwich) vijazio
(in tooth) kijazo
film filamu

dialogue

how are you? hujambo?
I'm fine, thanks sijambo,
asante

is that OK? je ni sawa?
that's fine, thanks ni sawa,
asante

finger kidole
finish (verb) maliza
I haven't finished yet
sijamaliza bado
when does it finish?
inamalizika wakati gani?
fire moto
(blaze) moto mkali
fire! moto!
can we light a fire here?
tunaweza kuwasha moto
hapa?
it's on fire inawaka moto
fire alarm king'ora cha moto
fire brigade zimamoto
fire escape njia ya kuukimbia
moto
fire extinguisher kizima moto
first -a kwanza
I was first nilikuwa wa
kwanza
at first kwanza

do you have this kind of
film? unayo filamu ya
aina hii?
yes, how many exposures?
ndiyo, unataka yenye
picha ngapi?
36 thalathini na sita

film processing kusafisha
filamu
filter coffee kahawa ya
kuchujwa
filthy chafu
find (verb) ona
I can't find it sikioni kilipo
I've found it nimekiona
find out tafuta
could you find out for me?
unaweza kunitafutia?
fine (weather) nzuri
(punishment) faini

dialogues

the first time mara ya kwanza

first on the left ya mwanzo kushoto

first aid huduma ya kwanza

first-aid kit vifaa vya huduma ya kwanza

first-class (travel etc) kilasi ya kwanza

first floor ghorofa ya kwanza (US) ghorofa ya chini

first name jina la kwanza

fish (noun) samaki

fishing kuvua samaki

fishmonger's muuza samaki

fit (attack) ugonjwa wa ghafla

fit: it doesn't fit me hainifai

fitting room pa kujaribia nguo

fix (arrange) tengeneza
 can you fix this? (repair) unaweza kuitengeneza hii?

fizzy drink soda

flag bendera

flannel kitambaa cha sufi

flash (for camera) taa ya kamera

flat (noun: apartment) fleti, ghorofa
 (adj) tambarare
 I've got a flat tyre tairi langu lina pancha

flavour ladha

flea kiroboto

flight safari kwa ndege, flaiti

flight number namba ya safari, namba ya flaiti

flippers viatu vya mabapa vya kuogelea

flood mafuriko

floor (of room) sakafu
 (storey) ghorofa

on the floor sakafuni

florist muuza maua

flour unga

flower ua

flu 'flu'

fluent fasaha
 he speaks fluent Swahili anasema Kiswahili fasaha

fly (noun) nzi
 (verb) safiri kwa ndege
 can we fly there? tunaweza kusafiri kwa ndege kule?

fly in wasili

fly out ondoka

fog ukungu

foggy: it's foggy kuna ukungu

folk dancing ngoma ya kimila

folk music muziki wa kimila

follow fuata
 follow me nifuate

food chakula

food poisoning kudhurika kwa chakula

food shop/store duka la vyakula

foot (of person) mguu
 (measurement) futi

on foot kwa miguu

football (game) soka, kandanda
 (ball) mpira

football match mechi ya kandanda

for ya
 do you have something for ...? (headache/diarrhoea etc) una dawa ya ...?

dialogues

who's the biriani for?
biriani ya nani?
that's for me hiyo yangu
mimi
and this one? na hii je?
that's for her hiyo yake

where do I get the bus for
Magomeni? nitapata basi
wapi kwenda Magomeni?
the bus for Magomeni
leaves from Mnara street
basi la kwenda Magomeni
laondokea njia ya Mnara

how long have you been
here? umekuwapo hapa
kwa muda gani?
I've been here for two
days, how about you?
nimekuwapo hapa kwa
muda wa siku mbili, je
wewe?
I've been here for a week
nimekuwapo hapa kwa
muda wa wiki moja

forehead paji
foreign -geni
foreigner mgeni
forest msitu
forget sahau
  I forget nasahau
  I've forgotten nimesahau
fork uma
  (in road) njia ya panda
form (document) fomu

formal (dress) rasmi
fortnight wiki mbili
fortunately kwa bahati nzuri
forward: could you forward my
  mail? waweza kunipelekea
  barua zangu?
forwarding address anwani ya
  kupelekea barua
foundation cream krimu ya
  kupaka kwanza
fountain chemchemu
foyer ukumbi
fracture (noun) mvunjiko
France Ufaransa
free huru
  (no charge) bure
  is it free (of charge)? ni bure?
freeway barabara
freezer friza
French (adj) -a Kifaransa
  (language) Kifaransa
French fries chipsi
frequent mara kwa mara
  how frequent is the bus to
  Mombasa? mara ngapi basi
  linakwenda Mombasa?
fresh (fruit etc) -a kawaida,
  freshi
fresh orange juice maji ya
  machungwa safi
Friday Ijumaa
fridge friji
fried -a kukaanga
fried egg yai la kukaanga
friend rafiki
friendly kirafiki
from toka, kutoka
  when does the next train from
  Arusha arrive? treni ijayo

kutoka Arusha inawasili
wakati gani?
from Monday to Friday toka
Jumatatu hadi Ijumaa
from next Thursday kuanzia
Alhamisi ijayo

dialogue

where are you from?
unatoka wapi?
I'm from Slough natoka
Slough

front mbele
 in front mbele ya
 in front of the hotel mbele ya
 hoteli
 at the front upande wa
 mbele
frost baridi kali
fruit matunda
fruit juice juisi, maji ya
 matunda
frying pan kikaango
full iliojaa
 it's full of ... imejaa ...
 I'm full nimeshiba
full board malazi na
 chakula
fun: it was fun ilifurahisha
funeral mazishi, maziko
funny (strange) -geni
 (amusing) -a kuchekesha
furniture fanicha
further mbele zaidi
 it's further down the road
 mbele zaidi njiani

dialogue

how much further is it to
Kilindini? masafa gani zaidi
mpaka Kilindini?
about 5 kilometres kiasi
cha kilomita tano

fuse fyuzi
 the lights have fused fyuzi
 imezimisha taa
fuse box kisanduku cha fyuzi
fuse wire waya wa fyuzi
future wakati ujao
 in future wakati ujao

G

gallon galoni
game (cards, match etc) mchezo
 (meat) nyama ya mawindo
game park mbuga ya
 wanyama
garage gereji
garden bustani
garlic kitunguu saumu
gas gesi
 (US) petroli
gas can (US) kopo la petroli
gas cylinder (camping gas)
 silinda yenye gesi
gas-permeable lenses lenzi
 zipenyazo gesi
gas station kituo cha petroli
gate mlango
gay hanithi
gay bar baa ya mahanithi
gazelle swala

gearbox giaboksi
gear lever gialiva
gears gia
general (adj) kwa jumla
gents (toilet) choo cha
  wanaume, msalani (T)
genuine (antique etc) halisi
German (adj) -a Kijerumani
  (language) Kijerumani
Germany Ujerumani
get (obtain) pata
  (fetch) leta
  **could you get me another
  one, please?** waweza
  kunipatia nyingine,
  tafadhali?
  how do I get to ...? naweza
  kufika vipi ...?
  **do you know where I can get
  them?** unajua naweza kupata
  wapi?

dialogue

  can I get you a drink?
  nikupatie kinywaji?
  **no, I'll get this one, what
  would you like?** hapana,
  nitakupatia, unataka
  kunywa nini?
  a beer, please biya,
  tafadhali

get back (return) rudi
get in (arrive) wasili
get off shuka
  where do I get off? nishuke
  wapi?
get on (to train etc) panda

get out (of car etc) toka
get up (in the morning) amka
gift zawadi
gift shop duka la vitu vya
  zawadi
gin jin
  a gin and tonic, please jin na
  toniki, tafadhali
giraffe twiga
girl msichana
girlfriend galfrendi, rafiki wa
  kike
give pa
  **can you give me some
  change?** waweza kunipa
  chenji?
  I gave it to him nimempa
  yeye
  will you give this to ...?
  waweza kumpa hii ...?

dialogue

  **how much do you want for
  this?** unataka kiasi gani
  kwa hii?
  I'll give you 300 shillings
  nitakupa shilingi mia tatu

give back rudisha
glad furahika
glass (material) kioo
  (for drinking) gilasi
  a glass of wine gilasi ya
  mvinyo
glasses miwani
gloves glavu
go -enda
  where are you going?

unakwenda wapi?

we'd like to go to the cinema
tunataka kwenda sinema

where does this bus go? basi
hili linaendea wapi?

let's go! twende zetu!

hamburger to go hambaga ya
kuchukua nje

she's gone (left) amekwenda
zake

where has he gone?
amekwenda wapi?

I went there last week
nilikwenda huko wiki
iliyopita

go away nenda

go away! nenda zako we!

go back (return) rudi

go down (the stairs etc) nenda
chini

go in ingia

go out (in the evening) tembea

**do you want to go out
tonight?** unataka kutembea
leo usiku?

go through pita

go up (the stairs etc) panda juu

goat (animal) mbuzi
(meat) nyama ya mbuzi

God Mungu

goggles miwani kubwa ya
kukinga macho

gold dhahabu

golf gofu

golf course uwanja wa gofu

good nzuri

good! nzuri!

it's no good haifai kitu

goodbye kwa heri

(to more than one person) kwa
herini

good evening habari za jioni

Good Friday Ijumaa Kuu

good morning habari za
asubuhi

good night usiku mwema,
alamsiki (T)

goose bata bukini

got*: we've got to leave
inatupasa kuondoka

have you got any ...? una ...?

government serikali

gradually polepole

gram(me) gramu

granddaughter mjukuu wa
kike

grandfather babu

grandmother bibi, nyanya

grandson mjukuu wa kiume

grapefruit balungi

grapefruit juice maji ya
balungi, juisi ya balungi

grapes zabibu

grass majani

grateful -enye shukrani

gravy rojo, mchuzi

great (excellent) safi kabisa,
nzuri sana

that's great! ni safi kabisa!, ni
nzuri sana!

a great success mafanikio
makubwa

Great Britain Uingereza

Greece Ugiriki

greedy mroho, mchoyo

Greek (adj) -a Kigiriki

green kijani

green card (car insurance) kadi

ya bima ya gari
greengrocer's duka la mboga
  na matunda
grey rangi ya kijivu
grill (noun) chanja ya
  kuchomea nyama
grilled iliyochomwa
grocer's duka la vyakula
ground chini
  on the ground chini
ground floor ghorofa ya chini
group kikundi
guarantee (noun) dhamana
  is it guaranteed? ina
  dhamana?
guava pera
guest mgeni
guesthouse nyumba ya
  wageni
guide (person) mwongozi
guidebook kitabu cha
  kuwasaidia watalii
guided tour safari ya
  kuongoza watalii
guitar gitaa
gum (in mouth) ufizi
gun (rifle) bunduki
  (pistol) bastola

H

hair nywele
hairbrush brush ya nywele
haircut kukata nywele
hairdresser's (men's) kinyozi
  (women's) mtayatisha nywele
hairdryer kikausha nywele
hair gel jeli ya nywele

hairgrips pini za nywele
hair spray marashi maalumu
  ya nywele
half nusu
  half an hour nusu saa
  half a litre nusu lita
  about half that kiasi cha nusu
half board malazi na chakula
  mara mbili
half-bottle nusu chupa
half fare nusu ya nauli
half-price nusu ya bei
ham hemu
hamburger hambaga
hand mkono
handbag mkoba
handbrake breki ya mkono
handkerchief hankachifu
handle (on door) kipete
  (on suitcase etc) kishikio
hand luggage mizigo ya
  mkononi
hang-gliding urukaji angani
  kwa tiara
hangover hangova
  I've got a hangover nina
  hangova
happen tokea
  what's happening? kuna
  nini?
  (what's going on?, what news?)
  habari gani?
  what has happened?
  kumetokea nini?
happy -a furaha
  I'm not happy about this
  sikufurahika na haya
harbour bandari
hard -gumu

hard-boiled egg yai la
kuchemsha gumu
hard lenses lenzi ngumu
hardly chache
hardly ever hata chembe
hardware shop duka la vifaa
hare sungura
hat kofia
hate (verb) chukia
have* pata
(in past, future) kuwa na
can I have a ...? naweza
kupata ...?
do you have ...? una ...?
what'll you have? (to drink)
unataka kunywa nini?
I have to leave now lazima
niondoke sasa
do I have to ...? ni lazima
ni-...?
can we have some ...?
tunaweza kupata ...?
hayfever kamasi ziletwazo na
vumbi
hazelnuts hezelnat
he* yeye
head kichwa
headache maumivu ya
kichwa
headlights taa za mbele za
gari
headphones hedfoni
healthy -a afya
hear sikia

dialogue

can you hear me?
unaweza kunisikia?

I can't hear you, could
you repeat that? siwezi
kukusikia, sema tena?

hearing aid kisaidizi usikivu
heart moyo
heart attack shtuko la moyo
heat joto
heavy -zito
heel (of foot, shoe) kisigino
could you heel these?
unaweza kuvitia visigino?
heelbar duka la kutengeneza
viatu
height (of person) kimo
(of mountain) urefu
helicopter helikopta
hello habari
(on the telephone) halo
helmet helmeti
help (noun) msaada
(verb) saidia
help! msaada!
can you help me? unaweza
kunisaidia?
thank you very much for your
help asante sana kwa msaada
wako
helpful -a msaada
hepatitis homa ya manjano
her* yeye
(possessive) -ake
I haven't seen her sijamwona
to her kwake
with her pamoja naye
for her kwa ajili yake
that's her ni yeye
that's her towel hiyo ni taulo
yake

herbal tea chai ya mimea

herbs viungo

herd kundi la wanyama

here hapa

 here is ... hii hapa ...

 here are ... hizi hapa ...

 here you are haya chukua

hers* -ake

 that's hers ni yake

hey! je vipi!

hi! (hello) habari!

hide (verb) ficha

high -juu

highchair kiti cha mtoto
 mdogo

highway barabara

hill kilima

him* yeye

 I haven't seen him sijamwona

 to him kwake

 with him pamoja naye

 for him kwa ajili yake

 that's him ni yeye

hip nyonga

hippopotamus kiboko

hire kodi, kodisha (K)

 for hire ya kukodisha

 where can I hire a bike?
 naweza kukodi baiskeli
 wapi?

his* -ake

 it's his car ni gari lake

 that's his ni yake

hit (verb) piga

hitch-hike omba lifti

hobby hobi

hog nguruwe

hold (verb) shika

hole shimo

holiday likizo

 on holiday likizoni

Holland Uholanzi

home nyumbani

 at home (in my house etc)
 nyumbani kwangu
 (in my country) nchini kwetu

 we go home tomorrow
 tutarejea kwetu kesho

honest aminifu

honey asali

honeymoon fungate

hood (US: of car) boneti

hope (verb) tumaini

 I hope so natumaini ni hivyo

 I hope not natumaini
 haitakuwa hivyo

hopefully kwa matumainio

horn (of car) honi
 (of animal) pembe

horrible -a kutisha, mbaya

horse farasi

horse riding kupanda farasi

hospital hospitali

hospitality ukarimu

 thank you for your hospitality
 asante kwa ukarimu wako

hot joto
 (spicy) kali

 I'm hot naona joto

 it's hot today kuna joto leo

hotel hoteli

hotel room chumba cha hoteli

hot spring chemchemu ya
 maji ya moto

hour saa

house nyumba

hovercraft hovakrafti

how vipi

how many? ngapi?
how do you do? u hali gani?

dialogues

how are you? hujambo?
fine, thanks, and you?
sijambo, asante, na wewe
je?

how much is it? ni kiasi
gani?
300 shillings shilingi mia
tatu
I'll take it nitanunua

humid -enye unyevunyevu
hungry -enye njaa
 are you hungry? una njaa?
hurry (verb) harakisha
 I'm in a hurry nina haraka
 there's no hurry hakuna
 haraka
 hurry up! fanya haraka!
hurt (verb) umiza
 it really hurts inaumiza sana
husband mume
hydrofoil motaboti ya
 haidrofoili
hyena fisi

!

I* mimi
ice barafu
 with ice na barafu
 no ice, thanks bila barafu,
 asante

ice cream aiskrimu
ice-cream cone koni ya
 aiskrimu
ice lolly aiskrimu kijitini
idea wazo
idiot mjinga
if ikiwa
ignition ignisheni
ill -gonjwa
 I feel ill naumwa
illness ugonjwa
imitation (leather etc) -a kuigiza
immediately bila kukawia
impala swala pala
important muhimu
 it's very important ni
 muhimu
 it's not important si muhimu
impossible -siowezekana
impressive -a kuvutia
improve endeleza vyema
 I want to improve my Swahili
 nataka kujiendeleza katika
 Kiswahili
in katika
 in my car katika gari langu
 in Nairobi mjini Nairobi
 it's in the centre iko katikati
 in two days from now
 mnamo siku mbili tokea sasa
 in five minutes mnamo
 dakika tano
 in May katika Mei
 in English kwa Kiingereza
 in Swahili kwa Kiswahili
 is he in? yuko ndani?
inch inchi
include tia pamoja na
 does that include meals? ni

pamoja na chakula?
is that included? hiyo imo
 pamoja?
inconvenient sumbufu
incredible nzuri sana
Indian (adj) -a Kihindi
Indian Ocean Bahari ya Hindi
indicator indiketa
indigestion kiungulia
indoor pool bwawa la ndani
 ya nyumba
indoors ndani ya nyumba
inexpensive isio ghali
infection ambukizo
infectious -enye kuambukiza
inflammation (on the body)
 uvimbe
informal -sio rasmi
information habari, maelezo
 **do you have any information
 about ...?** una habari yoyote
 kuhusu ...?
information desk maulizo
injection kupiga sindano
injured umizwa
 she's been injured ameumia
in-laws wakwe
inner tube (for tyre) mpira wa
 tairi
innocent -sio na hatia
insect mdudu
insect bite kuumwa na
 mdudu
 **do you have anything for
 insect bites?** una dawa ya
 kutibu maumo ya wadudu?
insect repellent dawa ya
 kujikinga na wadudu
inside ndani

inside the hotel ndani ya
 hoteli
let's sit inside tukae ndani
insist sisitiza
 I insist nasisitiza
insomnia kukosa usingizi
instant coffee kahawa ya unga
instead badala ya
 give me that one instead nipe
 hiyo badala yake
 instead of ... badala ya ...
insulin insulini
insurance bima
intelligent mwenye akili
interested: I'm interested in ...
 napendelea ...
interesting yavutia
 that's very interesting
 inavutia sana
international -a kimataifa
interpret tafsiri
interpreter mkalimani
interval (at theatre) kipindi cha
 mapumziko
into katika
 I'm not into ... simo katika ...
introduce julisha
 may I introduce ...? tafadhali
 nikujulishe na ...?
invitation mwaliko
invite alika
Ireland 'Ireland'
Irish -a Kiairish
 I'm Irish mimi ni Muairish
iron (for ironing) pasi
 can you iron these for me?
 unaweza kunipigia pasi hizi?
is* ni
Islamic -a Kiislamu

island kisiwa
it i-
  it is ... ni ...
  is it ...? je ni ...?
  where is it? iko wapi?
  it's him ni yeye
  it was ... ilikuwa ...
Italian (adj) -a Italia
  (language) Kitaliana
Italy Italia
itch mwasho
  it itches inawasha

J

jack (for car) jeki
jackal bweha
jacket jaketi
jam jamu, jemu
jammed: it's jammed
  imekwama
January Januari, mwezi wa
  kwanza (T)
jar (noun) gudulia
jaw taya
jazz jazi
jealous menye wivu
jeans jinzi
jellyfish kiwavi
jersey kitambaa cha sufu
jetty gati
jeweller's sonara
jewellery mapambo ya vito
Jewish -a Kiyahudi
job kazi
jogging: to go jogging
  kujogi
joke kichekesho

journey safari
  have a good journey! safari
  njema!
jug jagi
  a jug of water jagi la maji
juice juisi
July Julai, mwezi wa saba (T)
jump (verb) ruka
jumper sweta
jump leads waya za kuvutia
  umeme wa betri
junction makutano ya njia
June Juni, mwezi wa sita (T)
jungle msitu
just (only) tu
  just two mbili tu
  just for me kwa ajili yangu
  tu
  just here hapa tu
  not just now si sasa hivi
  we've just arrived ndiyo
  kwanza tumewasili

K

keep weka
  keep the change chukua
  chenji iliyobakia
  can I keep it? naweza
  kuchukua?
  please keep it chukua
  tafadhali
Kenya Kenya
Kenyan (adj) -a Kenya
  (noun) Mkenya
ketchup kechapu
kettle birika
key ufunguo

the key for room 201, please
ufunguo wa chumba mia
mbili na noja, tafadhali
keyring kipete cha ufunguo
kidneys mafigo
kill (verb) ua
kilo kilo
kilometre kilomita
how many kilometres is
it to ...? kilomita ngapi
mpaka ...?
kind (generous) karimu
that's very kind ni jamala
sana

dialogue

which kind do you want?
unataka aina gani?
I want this/that kind nataka
aina hii/hiyo

king mfalme
kiosk kiyoski
kiss (noun/verb) busu
kitchen jiko
Kleenex® tishu
knee goti
knickers chupi
knife kisu
knock (verb) gonga
knock down ponda
he's been knocked down
amepondwa
knock over angusha
know jua
I don't know sijui
I didn't know that sikujua
hayo

do you know where I can
find ...? unajua mahali gani
naweza kupata ...?

L

label kitambulisho
ladies' room, ladies' toilets
choo cha wanawake
ladies' wear nguo za
wanawake
lady bibi
lager laga
lake ziwa
lamb (meat) nyama ya kondoo
lamp taa
lane (motorway) barabara
(small road) njia
language lugha
language course masomo ya
lugha
large kubwa
last -a mwisho
last week wiki iliyopita
last Friday Ijumaa iliyopita
last night jana usiku
what time is the last train to
Tabora? treni ya mwisho
kwenda Tabora ni wakati
gani?
late chelewa
sorry I'm late samahani
nimechelewa
the train was late treni
ilichelewa
we must go – we'll be
late lazima twende
– tutachelewa

it's getting late wakati unazidi kupita

later baadaye

I'll come back later nitarudi baadaye

see you later nitaonana nawe baadaye

later on baadaye

latest -a karibuni kabisa

by Wednesday at the latest isichelewe zaidi ya Jumatano

laugh (verb) cheka

laundry (clothes) nguo za kufuliwa

(place) kwa dobi

lavatory choo

law sheria

lawn uwanja wa majani mafupi

lawyer wakili

laxative haluli

lazy -vivu

lead (electrical) waya wa umeme

(verb) ongoza

where does this lead to? hii inaongozea wapi?

leaf jani

leaflet karatasi yenye matangazo

leak (noun) mvujo

(verb) vuja

the roof leaks paa linavuja

learn jifunza

least kidogo

not in the least hata kidogo

at least angalau

leather (adj) -a ngozi

leave (verb) ondoka

I am leaving tomorrow nitaondoka kesho

he left yesterday aliondoka jana

may I leave this here? naweza kuiwacha hapa?

I left my coat in the bar nimewacha koti langu katika baa

when does the bus for Voi leave? basi la kwenda Voi laondoka wakati gani?

left kushoto

on the left, to the left kushoto

turn left pinda kushoto

there's none left hakuna kilichobakia

left-handed mwenye kutumia mkono wa kushoto

left luggage (office) ofisi ya kuweka mizigo

leg mguu

lemon limau

lemonade soda ya limau

lemon tea chai ya limau

lend azima

will you lend me your ...? waweza kuniazima ...-ako?

lens lenzi

leopard chui

lesbian msagaji

less -dogo

less than isiozidi

less expensive isio ghali

lesson somo

let (allow) ruhusu

will you let me know? utaniarifu?

I'll let you know nitakuarifu

let's go for something to eat
twende kula
let off acha
  will you let me off at ...?
  waweza kuniacha
  nishuke ...?
letter barua
  do you have any letters
  for me? una barua zozote
  zangu?
letterbox sanduku la barua
lettuce letis, saladi
lever wenzo
library maktaba
licence leseni
lid kifuniko
lie (verb: tell untruth) sema uongo
lie down lala
life maisha
lifebelt mkanda wa kujiokolea
lifeguard walinzi-okozi
life jacket jeketi-okozi
lift (in building) lifti
  could you give me a lift?
  waweza kunipa lifti?
  would you like a lift? nikupe
  lifti?
light (noun) taa
  (not heavy) nyepesi
  do you have a light? (for
  cigarette) una kibiriti?
  light green kijani hafifu
  light bulb balbu
  I need a new light bulb
  nataka balbu mpya
lighter (cigarette) kibiriti
lightning umeme
like (verb) penda, taka
  I like it naipenda

I like going for walks napenda
kwenda kutembea
I like you nakupenda
I don't like it siipendi
do you like ...? unapenda ...?
I'd like a beer nataka biya
I'd like to go swimming
nataka kwenda kuogelea
would you like a drink?
unataka kinywaji?
would you like to go for
a walk? unataka kwenda
kutembea?
what's it like? ni namna gani?
I want one like this nataka
kama hii
lime ndimu
line (on paper) mstari
  (phone) simu
  could you give me an outside
  line? waweza kunipa laini ya
  nje?
lion simba
lips midomo
lip salve malhamu ya mdomo
lipstick rangi ya mdomo
liqueur mvinyo tamu sana
listen sikiliza
litre lita
  a litre of white wine lita mjoa
  ya mvinyo nyeupe
little kidogo
  just a little, thanks kidogo tu,
  asante
  a little milk maziwa kidogo
  a little bit more zaidi kidogo
live (verb) ishi
  we live together tunaishi
  pamoja

dialogue

> **where do you live?** unaishi wapi?
> **I live in London** naishi London

lively -changamfu
liver (in body) ini
  (food) maini
loaf mkate
lobby (in hotel) ukumbi
lobster kamba
local mahali pa wenyeji
  can you recommend a local restaurant? unaona mkawaha gani bora mahali hapa?
lock (noun) kufuli
  (verb) funga
  it's locked imefungwa
lock in fungia ndani
lock out jifungia nje
  I've locked myself out nimejifungia nje ya mlango
locker (for luggage etc) kabati
lodge nyumba
lollipop lolipopu
London London
long -refu
  how long will it take to fix it? itachukua muda gani kutengeneza?
  how long does it take? inachua muda gani?
  a long time muda mrefu
  one day/two days longer siku moja/siku mbili zaidi
long-distance call simu ya mbali

look: I'm just looking, thanks natazama tu, asante
  you don't look well yaonesha hali yako si nzuri
  look out! angalia!
  can I have a look? naweza kutazama?
look after tunza
look at tazama
look for tafuta
  I'm looking for ... natafuta ...
look forward to ngojea kwa hamu
  I'm looking forward to it naingojea kwa hamu
loose (handle etc) -liolegea
lorry lori
lose poteza
  I've lost my way nimepotea njia
  I'm lost, I want to get to ... nimepotea, nataka kwenda ...
  I've lost my bag nimepoteza begi langu
lost property (office) ofisi ya vitu vilivyopotea
lot: a lot, lots nyingi, wengi
  not a lot si nyingi
  a lot of people watu wengi
  a lot bigger kubwa zaidi
  I like it a lot naipenda sana
lotion losheni
loud -enye sauti kubwa
lounge ukumbi
love (noun) mapenzi
  (verb) penda
  I love Africa naipenda Afrika

lovely -zuri
low -a chini
luck bahati
 good luck! bahati njema!
luggage mizigo
luggage trolley kigari cha mizigo
lump (on body) uvimbe
lunch chakula cha mchana
lungs mapafu
luxurious -a anasa
luxury anasa

M

machete panga
machine mashine
mad (insane) -enye wazimu
 (angry) -enye hamaki
Madagascar Madagaska
magazine gazeti
maid (in hotel) mtumishi wa kike
maiden name jina la ukoo
mail (noun) barua
 (verb) peleka kwa posta
 is there any mail for me? kuna barua zangu?
mailbox sanduku la barua
main muhimu
main course chakula muhimu
main post office posta kuu
main road (in town) barabara kuu
 (in country) njia kuu
make (brand name) chapa
 (verb) fanya
 I make it four hundred

shillings ni shilingi mia nne
 what is it made of? imeundwa kwa kitu gani?
make-up vipodozi
malaria 'malaria'
malaria pills dawa ya 'malaria'
man mtu
manager meneja
 can I see the manager? naweza kuonana na meneja?
manageress meneja wa kike
mango embe
mango juice maji ya embe
manual (car with manual gears) ya mkono
many nyingi
 not many si nyingi
map ramani
 network map ramani ya njia
March Machi, mwezi wa tatu (T)
margarine majarini
market (noun) soko
marmalade mamaledi
married: I'm married (said by man/woman) nimeoa/nimeolewa
 are you married? (said to man/woman) umeoa/umeolewa?
mascara wanja
mask kificha uso
match (football etc) mechi
matches kibiriti
material (fabric) kitambaa
matter: it doesn't matter haidhuru

what's the matter? kuna
nini?
mattress godoro
Mauritius 'Mauritius'
May Mei, mwezi wa tano (T)
may: may I have another one?
unaweza kunipa nyingine?
may I come in? naweza
kuingia?
may I see it? naweza kuiona?
may I sit here? naweza kukaa
hapa?
maybe labda
mayonnaise mayonezi
me* mimi
that's for me hiyo ni yangu
send it to me nilete
me too mimi pia
meal chakula

dialogue

did you enjoy your meal?
umekipenda chakula?
it was excellent, thank you
kizuri sana, asante

mean (verb) maanisha
what do you mean?
unamaanisha nini?

dialogue

what does this word
mean? neno hili maana
yake nini?
it means ... in English
maana yake ... kwa
Kiingereza

measles surua
German measles surua ya
madoa mekundu
meat nyama
mechanic makanika
medicine dawa
medium (adj: size) wastani
medium-dry isiyo tamu sana
medium-rare isiyopikika sana
medium-sized –a wastani
meet kutana
nice to meet you nimefurahi
kukutana nawe
where shall I meet you?
nitakutanan nawe wapi?
meeting mkutano
meeting place mahali pa
kukutania
melon tikiti
men watu
mend tengeneza
could you mend this for me?
waweza kunitengezea hii?
men's room choo cha
wanaume, msalani (T)
menswear nguo za kiume
mention (verb) taja
don't mention it si kitu
menu menyu
may I see the menu, please?
naweza kuona menyu,
tafadhali?
see menu reader page 160
message agizo
are there any messages for
me? kuna maagizo yangu
yoyote?
I want to leave a message
for ... nataka kuwacha

maagizo kwa …
metal (noun) maadini
metre mita
midday adhuhuri
  at midday adhuhuri
middle kati
  in the middle katikati
  in the middle of the night kati
  ya usiku
  the middle one -a kati
midnight saa sita ya usiku
  at midnight saa sita ya usiku
might: I might pengine
  nitaweza
  I might not pengine sitaweza
  I might want to stay another
  day huenda nikataka kukaa
  siku moja zaidi
migraine maumivu ya
  kichwa
mild (taste) sio kali
  (weather) sio baridi sana
mile maili
milk maziwa
millimetre milimita
minced meat minsi
mind: never mind usijali
  I've changed my mind
  nimebadili nia yangu

dialogue

do you mind if I open
the window? itakuudhi
nikifungua dirisha?
no, I don't mind la,
hainiudhi

mine* yangu

it's mine ni yangu
mineral water maji ya soda
minibus basi dogo
mints peremende
minute dakika
  in a minute punde hivi
  just a minute ngoja kidogo
mirror kioo
Miss Bi, Bibi
miss: I missed the bus
  nimelikosa basi
missing -mepotea
  one of my … is missing
  mmoja kati ya … -angu -
  mepotea
  there's a suitcase missing
  begi moja limepotea
mist umande
mistake (noun) kosa
  I think there's a mistake
  nafikiri kuna makosa
  sorry, I've made a mistake
  samahani, nimekosa
misunderstanding
  kutoelewana
mix-up matatanisho
  sorry, there's been a mix-
  up samahani, kumetokea
  matatanisho
mobile phone simu ya upepo
modern -a kisasa
moisturizer krimu ya
  kunyesea ngozi
moment punde
  I won't be a moment nitarudi
  punde hivi
Monday Jumatatu
money pesa
mongoose nguchiro

monkey tumbili
month mwezi
monument jengo la
  ukumbusho
moon mwezi
moped pikipiki ndogo
more* zaidi
  can I have some more water,
  please? waweza kunioneza
  maji kidogo, tafadhali?
  more expensive ghali sana
  more interesting yavutia sana
  more than 50 zaidi ya
  hamsini
  more than that zaidi ya hiyo
  a lot more nyingi

dialogue

would you like some
more? unataka zaidi?
no, no more for me, thanks
hapana, sihitaji zaidi,
asante
how about you? na wewe
je?
I don't want any more,
thanks sihitaji zaidi, asante

morning asubuhi
  this morning leo asubuhi
  in the morning asubuhi
mosque msikiti
mosquito mbu
mosquito coil dawa ya mbu
mosquito net chandarua
mosquito repellent dawa ya
  kufukuza mbu
most* -ingi

most interesting yavutia sana
I like this one most of all
napenda hii kuliko zote
most of the time karibu
wakati wote
most tourists watalii wengi
mostly kwa kawaida
mother mama
mother-in-law mama mkwe
motorbike pikipiki
motorboat motaboti
motorway barabara
mountain mlima
  in the mountains milimani
mountaineering kupanda
  milima
mouse panya
moustache masharubu
mouth kinywa
move (verb) hama
  he's moved to another room
  amehamia chumba kingine
  could you move your car?
  waweza kuondoa gari lako?
  could you move up a little?
  waweza kusogea huko
  kidogo?
  where has it moved to?
  imehamishiwa wapi?
movie filamu
movie theater sinema
Mozambique Msumbiji
Mr Bwana
Mrs Bibi
Ms Bi, Bibi
much -ingi
  much better afadhali sana
  much worse mbaya sana
  much hotter joto sana

not much si nyingi
not very much si nyingi
  sana
I don't want very much sitaki
  nyingi sana
mud tope
mug (for drinking) kikombe
  kikubwa
I've been mugged nimeibiwa
  kwa nguvu
mum mama
mumps matumbwitumbwi
museum jumba la
  makumbusho
mushrooms uyoga
music muziki
musician mwanamuziki
Muslim (adj) -a Kiislamu
mussels kome
must*: I must inanibidi
  I mustn't drink alcohol
  inanibidi kutokunywa
  pombe
mustard haradali
my* yangu
myself mwenyewe
  I'll do it myself nitafanya
  mimi mwenyewe
  by myself peke yangu

N

nail (finger) ukucha
  (metal) msumari
nail varnish rangi ya kucha
name jina
  my name's John jina langu
  John

what's your name? jina lako
  nani?
what is the name of this
  street? njia hii inaitwaje?
napkin 'napkin'
nappy nepi
narrow (street) -embamba
nasty mbaya
national -a kitaifa
nationality uraia
national park mbuga ya taifa
natural -a kawaida
nausea kichefuchefu
navy (blue) buluu
near karibu
  is it near the city centre? ni
  karibu na katikati ya mji?
  do you go near the tourist
  office? unakwenda karibu na
  ofisi ya utalii?
  where is the nearest ...? ... -a
  karibu sana iko wapi?
nearby karibu na
nearly karibu
necessary lazima
neck shingo
necklace kidani
necktie tai
need: I need ... nahitaji ...
  do I need to pay? inanibidi
  kulipa?
needle sindano
negative (film) negativu
neither: neither (one) of them
  si yoyote kati yao
neither ... nor ... si ...
  wala ...
nephew mpwa wa kiume
net (in sport) wavu

Netherlands Uholanzi
never kamwe

dialogue

> **have you ever been to Zanzibar?** umepata kufika Zanzibar?
> **no, never, I've never been there** hapana, sijapata kufika huko kamwe

new mpya
news (radio, TV etc) habari
newsagent's duka la magazeti
newspaper gazeti
newspaper kiosk kibanda cha kuuzia magazeti
New Year Mwaka Mpya
 Happy New Year! furaha ya Mwaka Mpya!
New Year's Eve mkesha wa Mwaka Mpya
New Zealand Nyuziland
New Zealander: I'm a New Zealander mimi ni Mnyuziland
next -ingine
 the next turning/street on the left kona/njia ijayo kushoto
 at the next stop kwenye kituo kijacho
 next week wiki ijayo
 next to karibu na
 I'll tell you next time nitakwambia wakati mwingine
nice (food) kizuri

(looks, view etc) nzuri
(person) mzuri
niece mpwa wa kike
night usiku
 at night wakati wa usiku
 good night lala salama

dialogue

> **do you have a single room for one night?** una chumba kimoja kwa usiku mmoja?
> **yes, madam** ndiyo, Bibi
> **how much is it per night?** bei gani kila usiku?
> **it's 30,000 shillings for one night** shilingi thalathini elfu kila usiku
> **thank you, I'll take it** asante, nakubali

nightclub klabu ya burudani
nightdress vazi la kulalia
night porter bawabu
no hapana (on the coast) la
 I've no change sina chenji
 there's no ... left hakuna ... iliyobakia
 no way! haiwezekani kabisa!
 oh no! (upset) lahaula!
nobody hakuna mtu
 there's nobody there hakuna mtu kule
noise kelele
noisy -a kelele
 it's too noisy kuna kelele nyingi
non-alcoholic isio ya kileo

none hapana kitu
non-smoking compartment
behewa la wasiovuta sigara
noon adhuhuri
at noon adhuhuri
no-one hakuna mtu
nor: nor do I wala si mimi
normal -a kawaida
north kaskazini
in the north kaskazini
to the north upande wa
kaskazini
north of Zanzibar kaskazini
ya Zanzibar
northeast kaskazini mashariki
northern -a kaskazini
Northern Ireland 'Ireland' ya
Kaskazini
northwest kaskazini
magharibi
Norway 'Norway'
Norwegian (adj) -a Kinorway
nose pua
not* siyo
no, I'm not hungry hapana,
sina njaa
I don't want any, thank you
sitaki yoyote, asante
it's not necessary si lazima
I didn't know that sikujua
hayo
not that one – this one siyo
hiyo – ni hii
note (banknote) noti
notebook daftari
notepaper (for letters) karatasi
ya kuandikia
nothing hakuna kitu
nothing for me, thanks

sihitaji kitu, asante
nothing else hakuna zaidi
novel mpya
November Novemba, mwezi
wa kumi na moja (T)
now sasa
number namba
(figure) tarakimu
I've got the wrong number
nimekosea namba
what is your phone number?
namba yako ya simu ni ipi?
number plate bamba la namba
ya gari
nurse (man/woman) muuguzi
(woman) nesi
nuts njugu

O

occupied (toilet, telephone)
inatumika
o'clock* saa
October Oktoba, mwezi wa
kumi (T)
odd (strange) -geni
of* ya
off (lights) zimika
it's just off Mnazi Mmoja
Square ni karibu na uwanja
wa Mnazi Mmoja
we're off tomorrow
tutaondoka kesho
offensive (language, behaviour) -a
kuchukiza
office (place of work) ofisi
officer (said to policeman) ofisa
often mara nyingi

not often si mara nyingi
how often are the buses?
mabasi huenda mara ngapi?
oil (for car, for salad) mafuta
ointment malhamu
OK sawa
are you OK? uko sawa?
is that OK with you? hivyo ni
sawa kwako?
is it OK to ...? ni sawa ku ...?
that's OK, thanks ni sawa tu,
asante
I'm OK (nothing for me)
nimetosheka
(I feel OK) niko sawa
is this train OK for ...? treni
hii inakwenda ...?
I said I'm sorry, OK?
nimesema samahani, sawa?
old (person) mzee
(thing) kuukuu

dialogue

how old are you? una
umri gani?
I'm 25 ni miaka ishirini
na tano
and you? na wewe je?

old-fashioned –a zamani
old town (old part of town) mji
wa kale (K),
mji mkongwe (T)
in the old town katika mji wa
kale
omelette kiwanda (T),
kimanda (K)
on* juu ya

on the table juu ya meza
on the street/beach njiani/
pwani
is it on this road? ni kwenye
njia hii?
on the plane katika ndege
on Saturday Jumamosi
on television kwenye
televisheni
I haven't got it on me sinayo
this one's on me (drink)
nitalipia mimi hii
the light wasn't on taa
ilikuwa haijawashwa
what's on tonight? kuna nini
leo usiku?
once (one time) mara moja
at once (immediately) bila
kuchelewa
one* moja
the white one hiyo nyeupe
one-way ticket tikiti ya
kwenda tu
a one-way ticket to ... tikiti
ya kwenda tu ...
onion kitunguu
only tu
only one moja tu
it's only 6 o'clock ni saa kumi
na mbili tu sasa
I've only just got here
nimefika sasa hivi tu
on/off switch swichi
open (adj) wazi
(verb: door) fungua
(of shop) liko wazi
when do you open?
unafungua saa ngapi?
I can't get it open siwezi

kufungua

in the open air nje

opening hours wakati wa kufungua

open ticket tikiti itumikayo baadaye

operation (medical) operesheni

operator (telephone) opereta

opposite zilozoelekeana

opposite my hotel imeelekeana na hoteli yangu

the opposite direction upande unaoelekeana na mwingine

the bar opposite baa inayoelekeana

optician muuza miwani

or au

orange (fruit) chungwa (colour) rangi ya mchungwa

fizzy orange soda ya machungwa

orange cordial kinywaji cha machungwa

orange juice maji ya machungwa

orchestra okestra

order (verb: in restaurant) agiza

can we order now? twaweza kuagizisha chakula sasa?

I've already ordered, thanks nimekwisha agizisha, asante

I didn't order this sikuagiza hiki

out of order imeharibika

ordinary -a kawaida

other -ingine

the other one hiyo nyingine

the other day hivi karibuni

I'm waiting for the others nawangojea wengine

do you have any others? una nyingine?

otherwise vinginevyo

our* yetu

ours* yetu

out: he's out ametoka

three kilometres out of town kilomita tatu nje ya mji

outdoors -a nje

outside nje

can we sit outside? twaweza kukaa nje?

oven oveni, joko

over: over here huku

over there kule

over 500 zaidi ya mia tano

it's over imemalizika

overcharge: you've overcharged me umenitoza zaidi

overcoat koti kubwa

overland mail barua zitumwazo kikawaida

overnight (travel) usiku kucha

overtake pita

owe daiwa

how much do I owe you? nikulipe kiasi gani?

own: my own ... ... -angu mwenyewe

are you on your own? uko peke yako?

I'm on my own ni peke yangu

owner mmilikaji

P

pack (verb) funga pamoja
 a pack of ... kifurushi cha ...
package (parcel) kifurushi
package holiday safari ya
 mpango wa jumla
packet pakiti
 a packet of cigarettes pakiti
 ya sigara
page (of book) ukurasa
 could you page Mr ...?
 waweza kumwita Bwana ...?
pain maumivu
 I have a pain here nahisi
 maumivu hapa
painful -enye kuumiza
painkillers dawa ya maumivu
paint (noun) rangi
painting picha ya kuchora
pair: a pair of ... jozi ya ...
Pakistani (adj) -a Kipakistani
palace jumba la mfalme
pale hafifu
palm tree mchikichi
pan sufuria
panties chupi
pants (underwear) chupi
 (US) suruali
pantyhose soksi ndefu
papaya papai
paper karatasi
 (newspaper) gazeti
 a piece of paper kipande cha
 karatasi
paper handkerchiefs
 hankachifu ya karatasi
parcel kifurushi

pardon (me)? (didn't understand/
 hear) samahani?
parents wazazi
parents-in-law wakwe
park (noun) bustani
 (verb) egesha
 can I park here? naweza
 kugesha gari hapa?
parking lot maegesho ya
 magari
part (noun) sehemu
partner (boyfriend, girlfriend etc)
 mwenzi
party (group) chama
 (celebration) tafrija
pass (in mountains) njia
passenger abiria
passport pasipoti
past*: in the past hapo
 zamani
 just past the information
 office ukishaipita tu ofisi ya
 habari
path njia
pattern sampuli
pavement 'pavement'
 on the pavement kwenye
 'pavement'
pay (verb) lipa
 can I pay, please? naweza
 kulipa, tafadhali?
 it's already paid for
 imeshalipiwa

dialogue

 who's paying? nani
 atalipa?
 I'll pay mimi nitalipa

no, you paid last time, I'll pay hapana, ulilipa mara ya mwisho, nitalipa sasa

payphone kibanda cha simu
peaceful -a amani
peach pichi
peanuts njugu
pear (fruit) pea
peas njegere
peculiar (taste, custom) geni
peg (for washing) kibanio
(for tent) kigingi
pen kalamu
pencil penseli
penfriend rafiki kwa barua
penicillin penisilini
penknife kisu cha kukunja
pensioner mpokeaji pensheni
people watu
the other people in the hotel watu wengine katika hoteli
too many people watu wengi sana
pepper (spice, vegetable) pilipili
black pepper pilipili manga
peppermint (sweet) peremende
per: per night kila usiku
how much per day? kiasi gani kila siku?
per cent asilimia
perfect kamilifu
perfume manukato
perhaps labda
perhaps not labda sivyo
period (of time) muda
(menstruation) kuingia hedhi, kuingia mwezi
permit (noun) kibali

person mtu
personal stereo 'stereo' ya binafsi
petrol petroli
petrol can kopo la petroli
petrol station kituo cha petroli
pharmacy duka la dawa
phone (noun) simu
(verb) kupiga simu
phone book kitabu cha simu
phone box kibanda cha simu
phonecard kadi ya simu
phone number namba ya simu
photo picha
excuse me, could you take a photo of us? samahani, waweza kutupiga picha?
please can we take a photo of you? tunaweza kukupiga picha, tafadhali?
phrasebook kitabu cha maelezo ya lugha
pickpocket mwizi mchomoa mifuko
pick up: will you be there to pick me up? utakuwako huko ili kunichukua?
picnic mandari
picture picha
pie (meat) pai
(fruit) andazi
piece kipande
a piece of ... kipande cha ...
pig nguruwe
pill kidonge cha kuzuia mimba
I'm on the pill natumia vidonge vya kuzuia mimba

pillow mto
pillow case foronya
pin (noun) pini
pineapple nanasi
pineapple juice maji ya nanasi
pink rangi ya waridi
pipe (for smoking) kiko
 (for water) bomba
pity: it's a pity inasikitisha
pizza piza
place (noun) mahali
 at your place kwako
 at his place kwake
plain (not patterned) isio na
 marembo
plane ndege, eropleni
 by plane kwa ndege
plant mmea
plantation shamba
plasters plasta
plastic plastiki
 (credit cards) kadi ya malipo
plastic bag begi la plastiki
plate sahani
platform pletfomu, jukwaa
 which platform is it for
 Kisumu? pletfomu gani kwa
 treni ya Kisumu?
play (verb) cheza
 (noun: in theatre) mchezo
playground kiwanja cha
 michezo
pleasant -a kupendeza
please tafadhali
 yes, please ndiyo, tafadhali
 could you please ...?
 tafadhali, waweza ...?
 please don't tafadhali
 usifanye

pleased furahika
 pleased to meet you
 nimefurahi kuonana nawe
pleasure: my pleasure ni
 furaha yangu
plenty: plenty of ... ... nyingi
 sana
 there's plenty of time tuna
 wakati mwingi
 that's plenty, thanks inatosha
 sana, asante
plug (electrical, for car) plagi
 (in sink) kizibo
plumber fundi wa mifereji
pm*: at 4 pm saa kumi alasiri
poached egg yai la kutokosa
pocket mfuko
point: two point five mbili
 nukta tano
 there's no point hakuna
 sababu
points (in car) pointi za
 distributa
poisonous -enye sumu
police polisi
 call the police! mwite polisi!
policeman polisi
police station stesheni ya
 polisi
policewoman polisi wa kike
polite pole, taratibu
polluted chafuka
pony farasi mdogo
pool (for swimming) bwawa
poor (not rich) masikini
 (quality) hafifu
pop music muziki wa kisasa
pop singer mwimbaji wa
 kisasa

popular ipendwayo na wengi

porcupine nungu

pork nyama ya nguruwe

port (for boats) bandari

porter (in hotel) bawabu

portrait picha

posh -a anasa

possible yawezekana

  is it possible to ...? yawezekana ku ...?

  as ... as possible kwa ... iwezekanavyo

post (noun: mail) barua (verb) tia posta

  could you post this for me? waweza kunitilia posta?

postbox sanduku la posta

postcard postikadi

postcode postkodi

poster bango la tangazo

poste restante penye barua za wapokezi

post office posta

potato kiazi, mbatata

potato chips (US) krispu

pots and pans vyombo vya kupikia

pottery (objects) vyombo vya udongo

pound (money) pauni (weight) ratili

power cut kukatika kwa umeme

power point soketi

practise zoeza

  I want to practise my Swahili nataka kujizoeza kutumia Kiswahili

prawns kamba

prefer penda zaidi

  I prefer ... napenda zaidi ...

pregnant mwenye mimba

prescription (for medicine) cheti cha kupatia dawa

present (gift) zawadi

president (of country) rais

pretty nzuri

  it's pretty expensive ni ghali sana

price bei

priest kasisi

prime minister waziri mkuu

printed matter vitu vilivyochapishwa

prison jela

private -a binafsi

private bathroom bafu la binafsi

probably labda

problem tatizo

  no problem! hakuna tatizo!

program(me) (noun) programu

promise: I promise naahidi

pronounce: how is this pronounced? inatamkwaje hii?

properly (repaired, locked etc) vizuri

protection factor (of suntan lotion) kinga

Protestant Mprotestanati

public convenience choo

public holiday likizo la kitaifa

pudding (dessert) pudin

pull vuta

pullover sweta

puncture (noun) pancha
purple rangi ya zambarau
purse (for money) pochi
 (US: bag) mkoba
push sukuma
put weka
 where can I put ...? niweke
 wapi ...?
 **could you put us up for
 the night?** waweza kutupa
 malazi kwa usiku huu?
pyjamas pajama

Q

quality sifa
quarantine karantini
quarter robo
quayside: on the quayside
 upande wa gatini
question swali
queue (noun) mlolongo
quick haraka
 be quick fanya haraka
 that was quick umefanya
 upesi
 **what's the quickest way
 there?** njia gani ya kufika
 upesi kule?
 fancy a quick drink? unataka
 kinywaji kidogo?
quickly upesi
quiet (place, hotel) kimya
 quiet! nyamaza!
quite (fairly) kiasi
 (very) kabisa
 that's quite right sawa kabisa
 quite a lot nyingi

R

rabbit sungura
race (for runners, cars)
 mashindano ya mbio
racket (tennis, squash) raketi
radiator redieta
radio redio
 on the radio kwenye redio
rafting kuendesha chelezo
rail: by rail kwa reli
railway njia ya reli
rain (noun) mvua
 in the rain katika mvua
 it's raining mvua inanyesha
raincoat koti la mvua
rainy season majira ya mvua
rape (noun) kunajisi
rare (uncommon) isiyo ya
 kawaida
 (steak) isiyopikika sana
rash (on skin) upele
raspberry rasiberi
rat panya
rate (for changing money) kiasi
rather kidogo
 it's rather good ni nzuri
 kidogo
 I'd rather ... ningependa ...
razor wembe
 (electric) mashini ya
 kunyolea
razor blades nyembe
read soma
ready tayari
 are you ready? uko tayari?
 I'm not ready yet si tayari
 bado

dialogue

when will it be ready?
itakuwa tayari wakati
gani?
**it should be ready in a
couple of days** itakuwa
tayari mnamo siku chache
hivi

real halisi
really kwa kweli
I'm really sorry nasikitika
sana
that's really great nzuri sana
really? (doubt) ati kweli?
(polite interest) ni kweli?
rear lights taa za nyuma
rearview mirror kioo cha
kutazamia nyuma
reasonable (prices etc) -a kiasi
receipt risiti
recently hivi karibuni
reception (in hotel) mapokezi
(for guests) mapokezi ya
wageni
at reception kwenye
mapokezi
reception desk sehemu ya
mapokezi
receptionist mpokea wageni
recognize tambua
recommend shauri
could you recommend ...?
waweza kunishauri
kuhusu ...?
record (music) rikodi
red -ekundu
red wine mvinyo nyekundu

refund (noun) kurejeshewa pesa
can I have a refund? naweza
kurejeshewa pesa?
region mkoa
registered: by registered mail
kwa rejesta
registration number namba ya
kusajiliwa
relative (noun) jamaa
religion dini
remember kumbuka
I don't remember sikumbuki
I remember nakumbuka
do you remember?
unakumbuka?
rent (noun/verb) kodi
for rent ya kukodisha
rented car gari la kukodi
repair (verb) tengeneza
can you repair it? unaweza
kuitengeneza?
repeat sema tena
could you repeat that?
waweza kusema tena?
reservation kuwekesha
I'd like to make a reservation
nataka kuwekesha chumba

dialogue

I have a reservation
niliwekesha chumba
yes sir, what name please?
ndiyo Bwana, jina gani,
tafadhali?

reserve (noun: for wildlife) mbuga
ya wanyama
(verb) wekesha

dialogue

can I reserve a table for tonight? naweza kuwekesha meza kwa leo usiku?
yes madam, for how many people? ndiyo Bibi, kwa watu wangapi?
for two kwa watu wawili
and for what time? kwa wakati gani?
for eight o'clock saa mbili
and could I have your name please? jina lako ni nani, tafadhali?
see alphabet for spelling

rest (verb) pumzika
  I need a rest nahitaji kupumzika
  the rest of the group wengine katika kikundi
restaurant mkahawa
restaurant car behewa la chakula
rest room choo (K), msalani (T)
retired mstaafu
  I'm retired nimestaafu
return (verb) rudi
  a return to ... tikiti ya kwenda na kurejea ...
return ticket tikiti ya kwenda na kurejea
  see ticket
reverse charge call malipo kwa mpigiwa simu
reverse gear gia ya kurudishia nyuma

revolting yachukiza
rhinoceros kifaru
rib ubavu
rice (uncooked) mchele
  (cooked) wali
rich (person) tajiri
  (food) enye utamu
ridiculous -a kuchekwa
riding kupanda
right (correct) sawa
  (not left) kulia
  you were right uliyosema ni kweli
  that's right ni kweli
  this can't be right haiwezi kuwa kweli
  right! sawa!
  is this the right road for ...? hii ndiyo njia ya kwenda ...?
  on the right upande wa kulia
  to the right kuelekea kulia
  turn right pinda kulia
right-hand drive yenye usukani upane wa kulia
ring (on finger) pete
  I'll ring you nitakupigia simu
  ring back rejeshea kupigia simu
ripe (fruit) wiva
rip-off: it's a rip-off ni wizi mtupu
  rip-off prices bei kubwa ya udanganyifu
risky -a hatari
river mto
road njia
  is this the road for ...? hii ndiyo njia ya kwenda ...?
  down the road njiani

road accident ajali ya barabarani
road map ramani ya njia
rob ibia
  I've been robbed nimeibiwa vitu
rock jabali (music) roki
  on the rocks (with ice) pamoja na barafu
roll (bread) mkate
roof paa
roof rack chanja ya gari
room chumba
  in my room katika chumba changu
room service huduma ya vyumbani
rope kamba
rosé (wine) mvinyo ya 'rosé'
roughly (approximately) takriban
round: it's my round ni zamu yangu
round-trip ticket tikiti ya kwenda na kurejea
  a round-trip ticket to ... tikiti ya kwenda na kurejea ...
route njia
  what's the best route? ni njia gani bora?
rubber (material) mpira (eraser) raba
rubber band elastiki
rubbish (waste) takataka (poor-quality goods) ghafi
  rubbish! (nonsense) upuuzi!
rucksack shanta
rude jeuri
ruins magofu
rum ramu

rum and Coke® ramu na kokakola
run (verb: person) kimbia
  how often do the buses run? mabasi yanakwenda mara ngapi?
  I've run out of money nimeishiwa na pesa

S

sad -a huzuni
saddle (for horse) tandiko (for bike) kibao
safari safari
  air safari safari kwa ndege
  balloon safari safari kwa baluni
  camel safari safari kwa ngamia
  camping safari safari ya makao kambini
  minibus safari safari kwa basi dogo
safe (not in danger) salama (not dangerous) -siodhuru
safety pin pini
sail (noun) tanga
sailboard (noun) bao lenye tanga
sailboarding kupanda bao lenye tanga
salad saladi
salad dressing viungo vya saladi
sale: for sale inauzwa
salmon samon
salt chumvi

same: the same kama
the same as this kama hii
the same again, please kama
ile tena, tafadhali
it's all the same to me ni
mamoja kwangu
sand mchanga
sandals viatu vya ndara
sandwich sadwichi
sanitary napkins/towels
milembe
sardines sadini
Saturday Jumamosi
sauce sosi
saucepan sufuria
saucer kisahani
sauna sauna
sausage soseji
say (verb) sema
how do you say ... in Swahili?
unasemaje ... kwa Kiswahili?
what did he say? alisema
nini?
she said ... alisema ...
could you say that again?
waweza kusema tena hayo?
scarf skafu
scenery mandhari
schedule (US) ratiba
scheduled flight safari kwa
ndege ya ratiba
school skuli (K), shule (T)
scissors mkasi
scooter skuta
scorpion nge
scotch wiski
Scotch tape® selotepu
Scotland Uskochi
Scottish -a Kiskochi

I'm Scottish mimi ni
Mskochi
scrambled eggs mayai ya
kuvuruga
scratch (noun) mkwaruzo
sea bahari
by the sea karibu na bahari
seafood restaurant mkahawa
wa viliwavyo kutoka
baharini
seafront eneo karibu na
bahari
on the seafront kwenye eneo
karibu na bahari
search (verb) pekua
seasick: I feel seasick nahisi
kichefuchefu
I get seasick huhisi
kichefuchefu
seaside ufukwe
by the seaside ufukweni
seat kiti
is this seat taken? kiti hiki
kina mtu?
seat belt ukanda wa kinga
secluded faragha
second (adj) -a pili
(of time) nukta, secunde
just a second! ngoja kidogo!
second-class (travel etc) kilasi
ya pili
second floor ghorofa ya pili
(US) ghorofa ya kwanza
second-hand
iliokwishatumika
see ona
can I see? naweza kuona?
have you seen ...?
umeona ...?

I saw him this morning nilimwona leo asubuhi

see you! tutaonana!

I see (I understand) naelewa

self-service kujihudumia mwenyewe

sell uza

do you sell ...? unauza ...?

Sellotape® selotepu

send peleka

I want to send this to England nataka kupeleka hii Uingereza

separate tenga

separately (pay, travel) mbalimbali

September Septemba, mwezi wa tisa (T)

septic yenye bakteria

serious (problem, illness) -a hatari

service charge (in restaurant) malipo ya huduma

service station kituo cha petroli

serviette savieti

set menu menyu maalumu

several kadhaa

sew shona

could you sew this back on? waweza kuishonea juu ya hii?

sex (gender, activity) jinsia

sexy avutia kimapenzi

Seychelles visiwa vya Shelisheli

shack banda

shade kivuli

in the shade kivulini

shake: let's shake hands tupeane mikono

shallow (water) kina kifupi

shame: what a shame! inasikitisha!

shampoo (noun) shampuu

shampoo and set osha kwa shampuu na chana

share (verb: room, table etc) shirikiana

sharp kali

shattered (very tired) -choka

shaver mashini ya kunyolea

shaving foam krimu ya kunyolea

shaving point soketi ya kunyolea

she* yeye

is she here? yupo hapa?

sheet (for bed) shiti

shelf rafu

shellfish makome

shield ngao

ship meli

by ship kwa meli

shirt shati

shit! udhia gani huu!

shock (noun) mshtuo

I got an electric shock from the ... umeme umenirusha kutoka ...

shock-absorber shokomsoba

shocking mbaya sana

shoe kiatu

a pair of shoes jozi ya viatu

shoelaces nyuzi za viatu

shoe polish rangi ya viatu

shoe repairer fundi wa viatu

shop duka

shopping kwenda madukani
 I'm going shopping nakwenda kununua vitu madukani
shopping centre eneo la maduka
shop window dirisha la duka
shore (of sea, lake) ufukwe
short -fupi
shortcut njia ya mkato
shorts suruali kipande
should bidi
 what should I do? inanibidi nifanye nini?
 you should ... inakubidi ...
 you shouldn't ... usi- ...
 he should be back soon anatarajiwa kurudi punde hivi
shoulder bega
shout (verb) piga kelele
show (in theatre) mchezo wa kuigiza
 could you show me? waweza kunionesha?
shower (in bathroom) shawa (of rain) manyunyu
 with shower yenye shawa
shower gel jeli ya kuogea
shut (verb) funga
 when do you shut? unafunga wakati gani?
 when does it shut? inafungwa wakati gani?
 they're shut wamefunga
 I've shut myself out nimejifungia nje
 shut up! nyamaza!
shutter (on camera) kipenyeza

mwanga
 (on window) pazia la vibapa
shy mwenye haya
sick (ill) -gonjwa
 I'm going to be sick (vomit) nahisi kutapika
side pembeni
 the other side of the street upande wa pili wa njia
side lights taa za pembeni
side salad saladi ya ziada
side street njia igusayo barabara kuu
sidewalk 'pavement'
sight: the sights of ... sehemu maarufu za ...
sightseeing kutembelea
 we're going sightseeing tunakwenda kutalii sehemu maarufu
sightseeing tour ziara ya kutalii sehemu maarufu
sign (roadsign etc) alama ya kuongoza
signal: he didn't give a signal (driver, cyclist) hakuashiria aendako
signature saini
signpost kiongoza njia
silence kimya
silk hariri
silly -puuzi
silver (noun) fedha
similar sawa
simple (easy) rahisi
since tangu
 since last week tangu wiki iliyopita
 since I got here tangu

nilipofika hapa
sing imba
singer mwimbaji
single -moja
 a single to ... tikiti ya
 kwenda tu ...
 I'm single (said by man/woman)
 sina mke/mume
single bed kitanda cha mtu
 mmoja
single room chumba cha mtu
 mmoja
single ticket tikiti ya kwenda
 tu
sink (in kitchen) sinki
sisal basket kikapu cha katani
sister dada
sister-in-law shemegi
sit kaa
 can I sit here? naweza kukaa
 hapa?
 is anyone sitting here? kuna
 mtu akaaye hapa?
sit down kaa kitako
 sit down! kaa kitako!
size saizi
skin ngozi
skin diving kuzamia mbizi
skinny mwembamba
skirt skati (K), sketi (T)
sky mbingu
sleep (verb) lala
 did you sleep well? ulilala
 vyema?
sleeper (on train) treni yenye
 vitanda
sleeping bag fuko la kulalia
sleeping car behewa la kulala
sleeping pill dawa ya

usingizi
sleepy: I'm feeling sleepy
 nahisi usingizi
sleeve mkono wa vazi
slide (photographic) slaidi
slip (garment) shimizi
slippery -enye kuteleza
slow polepole
 slow down! (driving) punguza
 spidi!
slowly polepole
 very slowly polepole sana
 **could you speak more
 slowly?** sema polepole zaidi
small -dogo
smell (noun) harufu
 it smells (smells bad) inanuka
smile (verb) tabasamu
smoke (noun) moshi
 do you mind if I smoke?
 utaudhika nikivuta sigara?
 I don't smoke sivuti sigara
 do you smoke? unavuta
 sigara?
snack vitafunio
 just a snack vitafunio tu
snake nyoka
sneeze (noun) chafya
snorkel kivutia hewa majini
snorkelling kuzamia mbizi
snow (noun) theluji
 it's snowing theluji
 inaanguka
so: it's so good ni nzuri sana
 it's so expensive ni ghali sana
 not so much si nyingi
 not so bad si mbaya
 so am I, so do I na mimi pia
 so-so kwa kiasi tu

soaking solution (for contact lenses) dawa ya kusafishia
soap sabuni
soap powder sabuni ya unga
soapstone ulanga
sober makini
sock soksi
socket (electrical) soketi
soda (water) soda
sofa sofa
soft (material etc) laini
soft-boiled egg yai laini la kuchemsha
soft drink soda, vinywaji baridi
soft lenses lenzi laini
sole (of foot) unyayo
(of shoe) soli
  could you put new soles on these? waweza kuvitia soli mpya hivi?
Somali (adj) -a Kisomali
Somalia Somalia
some kidogo
  can I have some water/rolls? naweza kupata maji/vikuto vya mkate?
  can I have some? naweza kupata kidogo?
somebody, someone mtu
something kitu
  something to eat kitu cha kula
sometimes mara nyingine
somewhere mahali
son mtoto wa kiume
song wimbo
son-in-law mkwe
soon punde

I'll be back soon nitarudi punde hivi
as soon as possible kwa haraka iwezekanavyo
sore: it's sore inauma
sore throat maumivu ya koo
sorry: (I'm) sorry samahani
  sorry? (didn't understand/hear) samahani?
sort: what sort of ...? ... -a namna gani?
soup supu
sour (taste) kali
south kusini
  in the south kusini
South Africa Afrika ya Kusini
South African (adj) -a Afrika ya Kusini
  I'm South African mimi ni raia wa Afrika ya Kusini
southeast kusini mashariki
southern -a kusini
southwest kusini magharibi
souvenir kikumbusho
Spain Hispania
Spanish (adj) -a Hispania
spanner spana
spare part spea
spare tyre tairi ya spea
spark plug plagi
speak sema
speak: do you speak English? unasema Kiingereza?
  I don't speak ... sisemi ...
  can I speak to ...? naweza kusema na ...?

dialogue

can I speak to Maisara?
naweza kusema na
Maisara?
who's calling? ni nani
wewe?
it's Patricia ni Patricia
I'm sorry, he's not in,
do you want to leave a
message? samahani,
hayupo, unataka kuwacha
maagizo?
no thanks, I'll call back
later hapana asante,
nitampiga simu tena
baadaye
please tell him I called
tafadhali mwambie
nilipiga simu

spear mkuki
spectacles miwani
speed (noun) spidi
speed limit kikomo cha spidi
speedometer spidometa
spell: how do you spell it?
 unaiandikaje?
 see alphabet
spend tumia
spider buibui
splinter kibanzi
spoke (in wheel) spoki
spoon kijiko
sport mchezo
sprain: I've sprained my ...
 nimetenguka ...
spring (season) majira ya
 chipuko

(of car, seat) springi
in the spring katika majira ya
 chipuko
square (in town) uwanja
stairs ngazi
stale -liochacha
stall: the engine keeps stalling
ingini inazimika moto kila
mara
stamp (noun) stempu

dialogue

a stamp for England,
please stempu kwa
kupelekea Uingereza,
tafadhali
what are you sending?
unapeleka nini?
this postcard postikadi hii

standby kutumika
inapohitajika
star nyota
(in film) mchezaji maarufu
start (noun) mwanzo
(verb) anza
when does it start? inaanza
wakati gani?
the car won't start gari
haishiki stati
starter (of car) stata
(food) kianzio
starving: I'm starving nina
njaa sana
state (country) nchi
the States (USA) Marekani
station stesheni
statue sanamu

stay kaa
  where are you staying?
  unakaa wapi?
  I'm staying at ... nakaa ...
  I'd like to stay another two
  nights nataka kukaa siku
  mbili zaidi
steak steki
steal iba
  my bag has been stolen begi
  langu limeibiwa
steep (upwards) -a kuinuka
  ghafla
  (downwards) -a kuteremka
  ghafla
steering kutumia usukani
steinbok dondoo
step: on the steps juu ya
  ngazi
sterling sarafu ya Kiingereza
steward (on plane) mhudumiaji
stewardess mhudumiaji wa
  kike
still (adverb) bado
  I'm still here niko hapa bado
  is he still there? yuko kule
  bado?
  keep still! tulia!
sting (noun) mchomo
  (verb) uma
  I've been stung nimeumwa
stockings soksi ndefu
stomach tumbo
stomach ache maumivu ya
  tumbo
stomach upset kusokotwa
  tumbo
stone (rock) jiwe
stop (verb) simamisha

please, stop here (to taxi
  driver etc) simamisha hapa,
  tafadhali
  do you stop near ...?
  utasimamisha karibu na ...?
  stop it! usifanye hivyo!
stopover kituo cha
  mapumziko
storm dhoruba
straight (whisky etc) kavu
  it's straight ahead ni moja
  kwa moja
straight away papo hapo
strange (odd) -geni
stranger mgeni
  I'm a stranger here mimi ni
  mgeni hapa
strap ukanda
strawberry strobari
stream mto
street njia
  on the street njiani
street map ramani ya njia
string uzi
strong (person) mwenye nguvu
  (taste, drink) kali
stuck kwama
  it's stuck imekwama
student mwanafunzi
stupid mjinga
suburb kiunga
Sudan Sudan
Sudanese (adj) -a Sudan
suddenly kwa ghafula
suede -a ngozi
sugar sukari
suit (noun) suti
  it doesn't suit me (jacket etc)
  hainifai

it suits you inakufaa
suitcase begi
summer majira ya joto
  in the summer katika majira
  ya joto
sun jua
  in the sun kwenye mwanga
  wa jua
  out of the sun pasipo
  mwangaza wa jua
sunbathe ota jua
sunblock (cream) krimu ya
  kuhifadhi ngozi
sunburn kubabuka kwa jua
sunburnt -liobabuka kwa jua
Sunday Jumapili
sunglasses miwani ya jua
sun lounger (chair for lying on)
  kiti cha kuotea jua
sunny: it's sunny kuna jua
sunroof (in car) kidirisha
  kwenye paa
sunset kuchwa kwa jua
sunshade mwavuli mkubwa
sunshine mwanga wa jua
sunstroke kuathiriwa na jua
suntan kugeuzwa rangi na jua
suntan lotion losheni ya
  kujikinga na jua
suntanned -geuka rangi kwa
  jua
suntan oil mafuta ya
  kujikinga na jua
super bora kabisa
supermarket supamaket
supper chakula cha jioni
supplement (extra charge)
  nyongeza
sure hakika

are you sure? una hakika?
sure! hakika!
surface mail barua zitumwazo
  kikawaida
surname jina la ukoo
sweater sweta
sweatshirt fulana
Sweden Sweden
Swedish (adj) -a Kiswidi
sweet (taste) tamu
  (noun: dessert) kimaliziamlo
sweets peremende
swelling uvimbe
swim (verb) ogelea
  I'm going for a swim
  nakwenda kuogelea
  let's go for a swim twende
  kuogelea
swimming costume nguo ya
  kuogelea
swimming pool bwawa la
  kuogelea
swimming trunks suruali ya
  kuogelea
switch (noun) swichi
switch off zima
switch on washa
swollen -liovimba

T

table meza
  a table for two meza ya watu
  wawili
tablecloth kitambaa cha
  mezani
table tennis tenis ya mezani
tailback (of traffic) msogamano

tailor mshoni
take (verb: lead) chukua
(accept) pokea
can you take me to the ...?
waweza kunipeleka kwa ...?
do you take credit cards?
nikulipe kwa kadi ya
malipo?
fine, I'll take it sawa, lipa
can I take this? (leaflet etc)
naweza kuchukua hii?
how long does it take?
inachukua muda gani?
it takes three hours
inachukua saa tatu
is this seat taken? kiti hiki
kina mtu?
hamburger to take away
hambaga ya kuchukua nje
**can you take a little off
here?** (to hairdresser) waweza
kupunguza kidogo hapa?
talcum powder podari
talk (verb) sema
tall -refu
tampons visodo
tan (noun) hudhurungi
to get a tan geuka
hudhurungi kwa jua
tank (of car) tangi
Tanzania Tanzania
Tanzanian (adj) -a Kitanzania
(noun) Mtanzania
tap mfereji
tape (for cassette) tepu
tape measure utepe wa
kupimia
tape recorder tepurekoda
tap water maji ya mfereji

taste (noun) ladha
can I taste it? naweza
kuonja?
taxi teksi
will you get me a taxi?
waweza kuniitia teksi?
where can I find a taxi?
nitapata teksi wapi?

dialogue

**to the airport/to the ...
Hotel, please** nipeleke
uwanja wa ndege/hoteli
ya ..., tafadhali
how much will it be? ni
kiasi gani?
it will be 8,000 shillings ni
shilingi elfu nane
**that's fine right here,
thanks** sawa, chukua,
asante

taxi-driver dereva wa teksi
taxi rank kituo cha teksi
tea (drink) chai
tea for one/two, please cha
kwa mtu mmoja/watu
wawili, tafadhali
teabags vifuko vya majani
ya chai
teach somesha
could you teach me? waweza
kunisomesha?
teacher mwalimu
team timu
tea shop duka la chai
teaspoon kijiko cha chai
tea towel kitambaa cha

kukaushia vyombo
teenager kijana
telephone simu
see phone
television televisheni
tell ambia
  could you tell him ...?
  waweza kumwambia ...?
temperature (weather) hali ya
  hewa
  (fever) homa
tent hema
term (at university, school)
  muhula
terminus (rail) stesheni ya
  mwisho
terrible -baya sana
terrific -zuri sana
text (message) ujumbe mfupi
  wa maandishi
than* kuliko
  smaller than ndogo kuliko
thank you, thanks asante
  thank you very much asante
  sana
  thanks for the lift asante kwa
  kunipa 'lift'
  no thanks la asante

dialogue

thanks asante
that's OK, don't mention it
si kitu, ni sawa tu

that*: I hope that ... natumai
  kwamba ...
  that's nice ni vyema
  is that ...? -le ni ...?

that's it (that's right) ndivyo
  hasa
the* no equivalent
theatre thieta
their* -ao
theirs* -ao
them* wao
  for them kwa ajili yao
  with them pamoja nao
  to them kwa wao
  who? – them nani? – wao
then (at that time) wakati huo
  (after that) baada ya hapo
there kule
  over there kule
  up there huko
  is there ...?, are there ...?
  kuna ...?
  there is ..., there are ...
  kuna ...
  there you are (giving something)
  haya chukua
thermometer kipimajoto
Thermos® flask thamosi
these* wao
they* wao
thick -nene
  (stupid) mjinga
thief mwizi
thigh paja
thin -embamba
thing kitu
  my things vitu vyangu
think fikiri
  I think so nafikiria hivyo
  I don't think so sifikirii
  I'll think about it nitafikiria
third party insurance bima
  ya gari

thirsty -enye kiu
I'm thirsty nina kiu
this*: this is my wife huyu mke wangu
is this ...? hii ni ...?
those*
thread (noun) uzi
throat koo
throat pastilles vidonge vya dawa ya koo
through kupitia
does it go through ...? (train, bus) inapitia ...?
throw (verb) rusha
throw away tupa
thumb kidole gumba
thunderstorm mvua ya radi
Thursday Alhamisi
ticket tikiti (K), tiketi (T)

dialogue

a return to Dodoma tikiti ya kwenda na kurudi Dodoma
coming back when? utarudi lini?
today/next Tuesday leo/ Jumanne ijayo
that will be 40,000 shillings utalipa shilingi arobaini elfu

ticket office (bus, rail) ofisi ya tikiti
tie (necktie) tai
tight (clothes etc) inabana
it's too tight inanibana sana
tights soksi ndefu

till (cash desk) deski la keshia
time* wakati, saa
what's the time? ni saa ngapi?
this time wakati huu
last time mara ya mwisho
next time mara nyingine
three times mara tatu
timetable ratiba
tin (can) kopo (K), mkebe (T)
tin-opener kifugulia mkebe
tiny -dogo sana
tip (to waiter etc) tipu (K), bahashishi (T)
tired -choka
I'm tired nimechoka
tissues tishu
to hadi, mpaka
to Malindi mpaka Malindi
to Zanzibar mpaka Zanzibar
to the post office mpaka posta
toast (bread) tosti
today leo
toe kidole cha mguu
together pamoja
we're together (in shop etc) tuko pamoja
toilet choo (K), msalani (T)
where is the toilet? choo kiko wapi?
I have to go to the toilet nataka kwenda msalani
toilet paper karatasi za chooni
tomato nyanya
tomato juice juisi ya nyanya
tomato ketchup kechapu
tomb kaburi
tomorrow kesho
tomorrow morning kesho

asubuhi
the day after tomorrow kesho kutwa
toner (cosmetic) rangi ya pambo
tongue ulimi
tonic (water) tonik
tonight leo usiku
tonsillitis maumivu ya kooni
too (excessively) sana
  (also) pia
  too hot (weather) joto sana
  (tea) i moto sana
  too much nyingi sana
  me too mimi pia
tooth jino
toothache maumivu ya jino
toothbrush mswaki
toothpaste dawa ya meno
top juu
  on top of ... juu ya ...
  at the top juu
top floor ghorofa ya juu kabisa
topless matiti wazi
torch tochi
total (noun) jumla
tour (noun) safari ya utalii
  is there a tour of ...? kuna safari ya utalii kwenda ...?
tour guide mtembezaji watalii
tourist mtalii
tourist information office ofisi ya utalii
tour operator kampuni ya utalii
towards kuelekea
towel taulo, taula

town mji
  in town mjini
  just out of town nje kidogo ya mji
town centre katikati ya mji
town hall ofisi ya baraza la mji
toy kitu cha kuchezea
track pletfomu, jukwaa
  which track is it for Kisumu? pletfomu gani kwa treni ya Kisumu?
traditional -a mila
traffic magari barabarani
traffic jam msogamano wa magari
traffic lights taa ziongozazo magari
trailer (for carrying tent etc) trela
train treni
  by train kwa treni

dialogue

is this the train for Voi? hii ndiyo treni ya kwendea Voi?
sure ndiyo
no, you want that platform there siyo, unahitaji platfomu ile pale

trainers (shoes) viatu vya riadha
train station stesheni ya reli
translate tafsiri, fasiri
  could you translate that? waweza kutafsiri hii?

translation tafsiri
translator mfasiri
trash takataka
trash can pipa la taka
travel (noun) safari
 (verb) safiri
 we're travelling around
 tunatembelea sehemu
 mbalimbali
travel agent's ofisi ya wakala
 wa usafiri
traveller's cheque cheki ya
 safari
tray trei
tree mti
tremendous -zuri sana
trendy -a mtindo wa kisasa
trim: just a trim, please (to
 hairdresser) unipunguze
 nywele kidogo tu, tafadhali
trip (excursion) safari ya
 matembezi
 I'd like to go on a trip to ...
 nataka kutembelea ...
trolley toroli
trouble (noun) shida
 I'm having trouble with ...
 nina shida na ...
trousers suruali
true kweli
 that's not true hayo si kweli
trunk (US: of car) buti
trunks (swimming) suruali ya
 kuogelea
try (verb) jaribu
 can I try it? (food) naweza
 kuonja?
try on jaribu
 can I try it on? naweza

 kuijaribu?
T-shirt fulana
Tuesday Jumanne
tuna 'tuna', jodari
tunnel njia ya chini kwa chini
turn: turn left/right pinda
 kushoto/kulia
turn off (TV, appliance etc) zima
 where do I turn off? nigeuze
 njia wapi?
turn on (TV, appliance etc) washa
turning (in road) kona
TV televisheni
twice mara mbili
 twice as much mara mbili
 zaidi
twin beds vitanda viwili
 pacha
twin room chumba cha watu
 wawili
twist: I've twisted my ankle
 nimeteguka kifundo cha
 mguu
type (noun) aina
 another type of ... aina
 nyingine ya ...
typhoid homa ya matumboni
typical -a kufanana
tyre tairi

U

Uganda Uganda
Ugandan (adj) -a Kiganda
ugly -baya
UK Uingereza
ulcer kidonda
umbrella mwavuli

uncle mjomba
unconscious -poteza fahamu
under (in position) chini
  (less than) chini ya
underdone (meat) iliyoiva kidogo
underpants chupi
understand: I understand naelewa
  I don't understand sielewi
  do you understand? unaelewa?
unemployed asiye na kazi
unfashionable isio ya kisasa
United States Marekani, Amerika
university chuo kikuu
unleaded petrol isiyo na 'lead'
unlimited mileage maili bila ya kikomo
unlock fungua
unpack fungua mizigo
until mpaka
unusual isiyo ya kawaida
up juu
  up there kule juu
  he's not up yet (not out of bed) hajaamka bado
  what's up? (what's wrong?) kuna nini?
upmarket -a hali ya juu
upset stomach kusokotwa na tumbo
upside down juu chini
upstairs juu
up-to-date -a kisasa
urgent haraka
us* sisi
  with us pamoja nasi

for us yetu
USA Marekani, Amerika
use (verb) tumia
  may I use ...? naweza kutumia ...?
useful -enye kufaa
usual kawaida
  the usual (drink etc) kama kawaida

V

vacancy: do you have any vacancies? (hotel) kuna nafasi?
vacation (from university) likizo
  on vacation likizoni
vaccination kuchanja
vacuum cleaner mashine ya kufagilia
valid yatumika
  how long is it valid for? yatumika kwa muda gani?
valley bonde
valuable -ya thamani
  can I leave my valuables here? naweza kuweka hapa vitu vyangu vya thamani?
value (noun) thamani
van gari la mizigo
vanilla vanila
  a vanilla ice cream aiskrimu ya vanila
vary: it varies yabadilika
vase jagi
veal nyama ya ndama
vegetables mboga
vegetarian (noun) asiyekula nyama

very sana
  very little for me nataka
  kidogo sana
  I like it very much naipenda
  sana
vest (under shirt) fulana
via kupitia
video (film) video
  (recorder) videorikoda
view mandhari
village kijiji
vinegar siki
visa viza
visit (verb) tembelea
  I'd like to visit ... nataka
  kutembelea ...
vital: it's vital that ... ni
  muhimu kwamba ...
vodka vodka
voice sauti
volcano volkano
voltage volteji
vomit tapika

W

waist kiuno
waistcoat kizibao
wait ngoja
  wait for me ningojee
  don't wait for me usiningojee
  can I wait until my wife/
  partner gets here? naweza
  kungoja mpaka mke wangu/
  mwenzangu aje?
  can you do it while I wait?
  waweza kutengeneza
  nikingojea?

could you wait here for me?
  waweza kuningojea hapa?
waiter/waitress mhudumiaji
wake: can you wake me up at
  5.30? waweza kuniamsha saa
  kumi na moja u nusu?
wake-up call kuamsha kwa
  simu
Wales 'Wales'
walk tembea
  is it a long walk? ni mbali
  sana?
  it's only a short walk ni
  karibu tu
  I'll walk nitakwenda kwa
  miguu
  I'm going for a walk
  nakwenda kutembea
walking kutembea
Walkman® 'stereo' ya binafsi
wall ukuta
wallet kikoba
wander: I like just wandering
  around nataka kuzurura tu
want taka
  I want a ... nataka ...
  I don't want any sitaki
  chochote
  I want to go home nataka
  kwenda nyumbani
  I don't want to sitaki
  he wants to ... anataka ...
  what do you want? unataka
  nini?
ward (in hospital) wadi
warm -enye joto
  I'm so warm nahisi joto
warthog ngiri
was* -likuwa

he was, she was alikuwa
it was ilikuwa
wash (verb) osha
 can you wash these? waweza
 kuosha hizi?
washer (for bolt etc) washa
washhand basin beseni la
 kunawia
washing (clothes) nguo za
 kufuliwa
washing machine mashine ya
 kufulia
washing powder sabuni ya
 unga
washing-up: to do the
 washing-up kuosha vyombo
washing-up liquid sabuni ya
 majimaji
wasp nyigu
watch (wristwatch) saa
 will you watch my things for
 me? waweza kuangalia vitu
 vyangu?
 watch out! jihadhari!
watch strap ukanda wa saa
water maji
 may I have some water?
 naweza kupata maji?
waterfall maporomoko ya
 maji
waterproof (adj) -siopenya
 maji
waterskiing skii ya majini
wave (in sea) mawimbi
way: it's this way ni njia hii
 it's that way ni njia ile
 is it a long way to ...? ni
 mbali kwenda ...?
 no way! la hasha!

dialogue

could you tell me the way
to ...? waweza kunielekeza
njia ya ...?
go straight on until you
reach the traffic lights
nenda moja kwa moja
mpaka taa ziongozazo
magari
turn left pinda kushoto
take the first on the right
fuata njia ya kwanza kulia
see where?

we* sisi
weak dhaifu
weather hali ya hewa

dialogue

what's the weather forecast?
hali ya hewa imetabiriwa
vipi?
it's going to be fine itakuwa
ni njema
it's going to rain kutakuwa na
mvua
it'll brighten up later
kutatanzuka baadaye

wedding harusi
wedding ring pete ya ndoa
Wednesday Jumatano
week wiki
 a week (from) today wiki
 moja kuanzia leo
 a week (from) tomorrow wiki
 moja kuanzia kesho

weekend wikiendi
 at the weekend wikiendi
weight uzito
weird -a ajabu
welcome: welcome to ...
 karibu kwa ...
 you're welcome (don't mention
 it) unakaribishwa, tafadhali
well (noun: for water) kisima
well vizuri
 I don't feel well sijihisi vizuri
 she's not well hajihisi vizuri
 you speak English very well
 unasema Kiingereza vizuri
 sana
 well done! hongera!
 this one as well na hii pia
 well well! (surprise) ahaa!

dialogue

 how are you? hujambo?
 very well, thanks, and you?
 sijambo, asante, je wewe?

well-done (meat) iliyoiva vyema
Welsh -a Kiwelsh
 I'm Welsh mimi ni Mwelsh
were* -likuwa
 we were tulikuwa
 you were ulikuwa
 they were walikuwa
west magharibi
 in the west magharibi
western ya magharibi
West Indian (adj) -a 'West
 Indies'
wet -a majimaji
what? nini?

what's that? hiyo nini?
what should I do? nifanye
 nini?
what a view! mandhari ya
 kupendeza!
what bus do I take? nipande
 basi gani?
wheel gurudumu
wheelchair kiti cha
 magurudumu
when? lini?
 when we get back
 tutakaporudi
 when's the train/ferry? wakati
 gani kuna treni/feri?
where? wapi?
 I don't know where it is sijui
 iliko

dialogue

 where is the museum?
 jumba la makumbusho
 liko wapi?
 it's over there liko kule
 **could you show me where
 it is on the map?** waweza
 kunionesha liliko katika
 ramani?
 it's just here liko hapa
 see way

which? -pi
 which bus? basi lipi?

dialogue

 which one? ipi?
 that one ile

Wh

103

this one? hii?
no, that one hapana, ile

while: while I'm here
ninapokuwa hapa
whisky wiski
white -eupe
white wine mvinyo nyeupe
who? nani?
who is it? nani?
the man who ... yule mtu
ambaye ...
whole -ote
the whole lot yote
the whole week wiki nzima
whose? ya nani?
whose is this? hii ya nani?
why? kwa nini?
why not? kwa nini isiwe
hivyo?
wide pana
wife mke
my wife mke wangu
wild -a mwituni
wildebeest nyumbu
wildlife park mbuga ya
wanyama
will*: will you do it for me?
utanifanyia?
wind (noun) upepo
window dirisha
near the window karibu na
dirisha
in the window (of shop)
dirishani
window seat kiti cha dirishani
windscreen kioo cha mbele
garini
windscreen wiper waipa

windsurfing kupanda chelezo
cha tanga
windy -a upepo mwingi
wine mvinyo
can we have some more
wine? twaweza kupata
mvinyo zaidi?
wine list orodha ya mvinyo
winter majira ya baridi
in the winter katika majira ya
baridi
wire waya
wish: best wishes nakutakia
mema
with pamoja na
I'm staying with ... nakaa
pamoja na ...
without bila
witness shahidi
will you be a witness for
me? waweza kuwa shahidi
wangu?
woman mwanamke
wonderful -zuri sana
won't* hai-
it won't start (car) haishiki
moto
wood (material) mbao
woods (forest) msitu
wool sufu
word neno
work (noun) kazi
(verb) fanya kazi
it's not working haifanyi kazi
I work in ... nafanya kazi
katika ...
world dunia
worry wasiwasi
I'm worried nina wasiwasi

worse -baya zaidi
 it's worse ni mbaya zaidi
worst -baya kabisa
worth: is it worth visiting?
 inafaa kutembelea?
would: would you give this
 to ...? waweza kumpa hii ...?
wrap: could you wrap it up?
 waweza kunifungia hii?
wrapping paper karatasi ya
 kufungia vitu
wrist kifundo cha mkono
write andika
 could you write it down?
 waweza kuiandika?
 how do you write it?
 unaiandikaje?
writing paper karatasi ya
 kuandikia
wrong: it's the wrong key ni
 ufunguo usiofaa
 this is the wrong train hii siyo
 treni itakiwayo
 the bill's wrong bili hii ina
 makosa
 sorry, wrong number
 samahani, nimekosea namba
 sorry, wrong room samahani,
 nimekosea chumba
 there's something wrong
 with ... kuna hitilafu
 katika ...
 what's wrong? kuna makosa
 gani?

X

X-ray eksirei

Y

yacht yoti
yard yadi
year mwaka
yellow -a kimanjano
yellow fever homa ya
 manjano
yes ndiyo
yesterday jana
 yesterday morning jana
 asubuhi
 the day before yesterday juzi
yet bado
 not yet bado

dialogue

is it here yet? imeshafika?
no, not yet la, bado
you'll have to wait a little
longer yet itakubidi
bado ungojee kwa muda
kidogo

yoghurt yogat
you* wewe
 (plural) nyinyi
 this is for you hii ni yako
 with you pamoja nawe
young kijana
your* -ako
 (plural) -enu
yours* -ako
 (plural) -enu
youth hostel hosteli ya
 vijana

Z

Zambia Zambia
Zambian (adj) -a Zambia
zebra punda milia
zero sifuri
zip zipu
  could you put a new zip on?
  waweza kuitia zipu mpya?
zip code postkodi
zoo bustani ya wanyama
zucchini mung'unye

Za

Swahili

→

English

Colloquialisms

al-la! damn!
ehaa Bwana! hey Mr!
haiwezekani kabisa! no way!
hakuna matata! no problem!
hakuna tatizo!, hakuna wasiwasi! no problem!
je vipi! hey!
kabwela ordinary person, 'person in the street'
la hasha! no way!; God forbid!
lahaula! oh no!, God forbid!; what next?; well I never
nenda zako we! go away!
potelea mbali! damn!
udhia gani huu! shit!
upuuzi! rubbish!
wacha mzaha you're joking

A

a- he; she
-a- present tense marker
a'a no
  a'a asante no thanks
abiria passenger
acha desert; let off
adesi lentils
adhana Muslim call to prayer
  by a muezzin
adhuhuri midday, noon
afadhali better
  afadhali sana much better
Afrika ya Kusini South Africa
  -a Afrika ya Kusini South
  African
Afrika ya Mashariki East
  Africa
  -a Afrika ya Mashariki East
  African
afya health
  afya! bless you!
  -a afya healthy
agiza order
agizo message; order
Agosti August
ahadi promise (noun)
ahidi promise (verb)
ah si kitu don't mention it
aibu shame
aina sort, kind, type; make
  aina nyingine ya ... another
  sort of ...
aiskrimu ice cream
aiskrimu kijitini ice lolly
ajabu: -a ajabu extraordinary;
  weird, funny; fantastic

ajali accident
  kumetokea ajali there's been
  an accident
akauti ya benki bank account
-ake his; her; hers; its
  kwa ajili yake for him; for
  her
  ni yake that's his/hers
akiba deposit (as security)
-ako your; yours (sing)
alaa! I see!, I understand!
alama sign
alama ya kuongoza road sign
alamsiki (T) good night
alasiri afternoon
  leo alasiri this afternoon
alfajiri dawn
Alhamisi Thursday
alika invite
alikuwa he/she was
alikuwa na he/she had
almasi diamond
ama ... au ... either ... or ...
amana deposit (as security)
amani peace
  -a amani peaceful
ambia tell
ambukizo infection
ambulensi ambulance
ametoka he's/she's out
amini believe
aminifu honest
amka get up (after sleep)
amsha wake
amua decide
ana he/she has
anaitwa ... he/she is called ...
anasa luxury
  -a anasa luxurious; posh

anataka ... he/she wants to ...
anaweza ...? could he/she ...?
andazi sweet pastry
andika write; spell
andikisha check in; reserve
angalau at least
angalia! watch out!, look out!
angavu clear
-angu my; mine
anguka fall
angusha knock over
anwani address
  anwani yako ni wapi? what's
  your address?
anwani ya kupelekea barua
  forwarding address
anza begin, start
-ao their; theirs
aprikoti apricot
Aprili April
arobaini forty
arusi wedding
asali honey
asante thank you, thanks (said
  to one person)
  asante sana thank you very
  much
asanteni thank you, thanks
  (said to more than one person)
asilimia per cent
asiyekula nyama vegetarian
asiye na kazi unemployed
askari policeman; security
  guard
askofu bishop
asubuhi morning
  saa moja asubuhi at seven
  am
  asubuhi mapema early in the

morning
ati kweli? really?
au or
azima borrow; lend

B

baada ya after
  baada ya chakula cha
  mchana after lunch
baada ya hapo then, after
  that
baadaye afterwards, later,
  later on
baba dad, father
baba mdogo uncle (father's
  younger brother)
baba mkubwa uncle (father's
  elder brother)
baba mkwe father-in-law
babu grandfather
badala ya instead
  badala ya ... instead of ...
badili vary
badilisha change; cash
  badilisha huko ... change at ...
bado still; not yet
bafta cotton
bafu bathroom; bathtub
  -enye bafu ya faragha with a
  private bathroom
bafu la binafsi private
  bathroom
bahari sea
  karibu na bahari by the sea
  Bahari ya Hindi Indian
  Ocean
bahasha envelope

bahasha za barua za ndege airmail envelope

bahashishi (T) tip, gratuity

bahati luck

bahati njema! good luck!

baina ya between

bakshishi tip, gratuity

bakuli dish, bowl

balozi ambassador

balungi grapefruit

bamba la namba ya gari number plate

bamia okra, lady's fingers

bampa la gari bumper, (US) fender

banda shack; any kind of hut, usually round and thatched; barn; shed

bandari harbour, port

bandia fake

bangi bhang, cannabis; hemp

bangili bracelet

bango la tangazo poster

bao lenye tanga sailboard

barabara main road; motorway, (US) freeway, (US) highway; avenue

barabara kuu main road

barafu ice

na barafu with ice

pamoja na barafu with ice, on the rocks

baridi cold; fresh

baridi kali frost

baridi kidogo cool

barua letter; letters; post, mail

barua za ndege airmail

barua zitumwazo kikawaida surface mail, overland mail

basi bus; enough

basi dogo minibus

basi la uwanja wa ndege airport bus

bastola pistol

bata duck

bata bukini goose

bawabu doorman; porter; night porter

-baya bad; ugly; rubbish

-baya kabisa worst

-baya sana dreadful, terrible

-baya zaidi worse

ni mbaya zaidi it's worse

beba carry

bega shoulder

begi bag; suitcase

behewa carriage, compartment

behewa la bafe (katika treni) buffet car

behewa la chakula restaurant car

behewa la kulala sleeping car

behewa la wasiovuta sigara non-smoking compartment

bei price

bei gani ...? how much ...?

ni bei gani? how much does it cost?

hii bei gani? how much is this?

bei ni ghali sana the price is too high

bendera flag

bendi, beni band (musical)

benki bank

beseni la kunawia washhand basin
Bi Miss; Ms
bia (T) beer
biashara business
Bibi Madam; Mrs; Miss; Ms
bibi grandmother; lady
bidhaa goods
bidi should
bila without
bila kuchelewa at once, immediately
bila kukawia immediately
bila shaka certainly, definitely
bila ya without
 bila ya bafu without a bathroom
bila ya shaka of course
 bila ya shaka sivyo of course not
bili bill, (US) check
bima insurance
bima ya gari third party insurance
binafsi: -a binafsi private; personal
binamu cousin
biri cigar
birika kettle
biringani aubergine, eggplant
biskuti biscuit(s), cookie(s); cracker(s)
biya (K) beer
bolpeni ballpoint pen
boma fort or defensive stockade; village
bomba pipe (for water)
bomu bomb

bonde valley
boneti bonnet (of car), (US) hood
bora kabisa best; excellent, super
bora zaidi better; a better one
boriti mangrove poles, used on the coast for building
boti boat
breki ya mkono handbrake
buibui spider; black cloak and scarf of Swahili women
buli teapot
bunda parcel
bunduki rifle
bunge parliament
bure free (of charge)
burudani la muziki concert
bustani garden; park
bustani ya wanyama zoo
busu kiss
buti boot (of car), (US) trunk
Bwana Sir; Mr
bwawa pool
bwawa la kuogelea swimming pool
bwawa la watoto children's pool
bweha jackal
bweha masikio bat-eared fox
bweni dormitory

Ch

chache a few; hardly
 siku chache a few days
 ... chache a couple of ...
-chache few

watu wachache a few people
-chafu dirty, filthy
chafuka polluted
chafya sneeze
chagua choose
chai tea; tip; bribe
chakula food; meal; dish
chakula cha asubuhi breakfast
chakula cha jioni evening meal, supper
chakula cha mchana lunch
chakula cha watoto wachanga baby food
chakula kikuu cha siku dinner, evening meal
chakula maalumu diet
chakula muhimu main course
chama party, group
chandarua mosquito net
-changamfu lively
chanja ya gari roof rack
chanja ya kuchomea nyama grill
chapa make, brand
chatu python
chaza oyster
cheka laugh
cheki cheque; check
cheki ya safari traveller's cheque
chelewa late
chemchemi spring; fountain
chemchemi ya maji ya moto hot spring
chenji change
chenza tangerine
cheti cha kupatia dawa prescription
chewa rock cod

cheza play
chini down; under; below; downstairs; ground
chini ya under, less than
chini ya ... at the bottom of ...
-a chini low
chipsi chips, French fries
chizi cheese
choka be tired
-choka tired
-choka kabisa exhausted
chokoleti kahawia plain chocolate
chokoleti ya maziwa milk chocolate
choma roast
chombo boat, ship
choo (K) toilet, bathroom, rest room
choo cha wanaume gents' toilet, men's room
choo cha wanawake ladies' toilet, ladies' room
choroa oryx
choshwa bored
chubuka bruise
chui leopard
chukia hate
chukua take; lead; collect; pick up; carry
chukua tafadhali please keep it
chumba room; cabin
chumba cha hoteli hotel room
chumba cha kulala bedroom
chumba cha kulia dining room

Ch

chumba cha mtu mmoja single room
chumba cha watu wawili double room; twin room
chumba chenye bafu room with bathroom
chumvi salt
chungu bitter
chungwa orange
chuo college
chuo kikuu university
chupa bottle; jug
  chupa moja ya biya a bottle of beer
chupi knickers, panties; pants, underpants

D

dada sister
daftari notebook
daiwa owe
dakika minute(s)
daktari doctor
daktari wa meno dentist
daladala (T) shared taxi, minibus
damu blood
danganya cheat
danganywa be cheated
  nimedananywa I have been cheated
dansi dance
  ungependa kucheza dansi? would you like to dance?
daraja bridge (over river)
dari ceiling
darubini binoculars; telescope

darzeni dozen
dawa medicine
dawa ya kikohozi cough medicine
dawa ya kufukuza mbu mosquito repellent
dawa ya kujikinga na wadudu insect repellent
dawa ya kusafisha macho eye drops
dawa ya mafua antihistamine
dawa ya maumivu painkillers
dawa ya mbu mosquito coil
dawa ya meno toothpaste
dazeni dozen
dengu chickpeas
dereva driver
dereva wa teksi taxi-driver
Desemba December
deski la keshia cash desk, till
dhahabu gold
dhahiri clear, obvious
dhaifu weak
dhamana guarantee
dharura emergency
dhidi ya against
dhoruba storm
dini religion
dira compass
dirisha window
  dirisha la duka shop window
  dirishani in the window
dobi laundryman, laundress; dry-cleaner
-dogo less; small
-dogo sana tiny
dondoo steinbok
duara circle
duka shop, store

duka la chai tea shop
duka la dawa chemist's, pharmacy
duka la keki cake shop
duka la kutengeneza viatu heelbar
duka la magazeti newsagent's
duka la mboga na matunda greengrocer's
duka la mikate na keki bakery
duka la nyama butcher's
duka la sanaa craft shop
duka la vifaa hardware shop
duka la vitabu bookshop, bookstore
duka la vitu anuai department store
duka la vitu vya kizamani antique shop
duka la vitu vya zawadi gift shop
duka la vyakula food shop, food store, grocer's
duka la vyakula tayari delicatessen
duka liuzalo vitu bila ushuru duty-free shop
duma cheetah
dunia world

E

egesha park
ehaa excuse me
eh samahani? sorry?, pardon (me)?
-ekundu red
elekeana opposite

elewa understand
eleza explain
elezea explain
elfu thousand
-embamba narrow; thin
embe mango
-enda go
endeleza vyema improve
endesha drive
eneo area
eneo karibu na bahari seafront
eneo la kujipatia mizigo baggage claim
eneo la maduka shopping area
-enu your; yours (pl)
epul apple
-etu our; ours
-eupe white
-eusi black
eyakandishan air-conditioner

F

faida profit
familia family
fanya do; make
fanya haraka! hurry up!
faragha secluded; privacy
farasi horse
farasi mdogo pony
fariki die
faru rhinoceros
fasaha fluent
fasiri translate; interpret
Februari February
fedha silver
fenesi jackfruit – large melon-shaped fruit with

thick green skin and yellow flesh

feni fan (electrical)

ficha hide

figo kidney

figili (T) celery; radish leaves

fika arrive (people)

fikiri think

filamu film; movie

filamu ya rangi colour film

fisi hyena

fisi maji otter

flaiti flight

flaiti ya kuendeleza safari connecting flight

fleti flat, apartment

fomu form (document)

Forodha Customs

foronya pillow case

fuata follow

fuko la kulalia sleeping bag

fulana sweatshirt; T-shirt; vest, undershirt

fundi mechanic; craftsman

fundi umeme electrician

fundi wa mifereji plumber

fundi wa viatu shoe repairer

funga close, shut; lock; wrap

funga pamoja pack

fungate honeymoon

fungia ndani lock in

fungo civet

fungua open; unlock

fungua mizigo unpack

funo duiker (antelope)

-fupi brief, short

furaha pleasure; fun

  -enye furaha glad

  -a furaha happy

ni furaha yangu my pleasure

furaha kwa siku ya kuzaliwa! happy birthday!

furaha ya Krismasi! Merry Christmas!

furaha ya Mwaka Mpya! Happy New Year!

furahia enjoy

furahika glad, pleased

fursa opportunity

futa cancel

futi foot (measurement)

G

gani which

... -a namna gani? what sort of ...?

gari car; vehicle

  gari limeharibika the car has broken down

gari la automatik automatic

gari la kukodi rented car

gari la mizigo van

gari la wagonjwa ambulance

gati jetty

gazeti newspaper; magazine

genge cliff

-geni foreign; funny, odd, strange

gereza prison

gesi gas

gesi ya kutumia kambini camping gas

-geuka rangi kwa jua suntanned

geuza njia turn off (the road etc)

ghali expensive

gharimu cost
ghorofa flat, apartment; floor, storey
ghorofa ya chini ground floor, (US) first floor
ghorofa ya juu kabisa top floor
ghorofa ya kwanza first floor, (US) second floor
ghuba bay
gilasi glass
giligilani coriander
giza darkness
glasi glass
godoro mattress
gofu golf; ruin
gonga knock
-gonjwa ill, sick
goti knee
gudulia jar
-gumu hard
gundi gum, glue
gurudumu wheel
gwaride parade

H

h- this; these
ha- present negative marker for 'he/she' – he/she doesn't ...
habari information; news
 habari? how are things?
 habari gani? what's happening?, what's the news?
 habari zako? what about yourself?, how about you?

habari za alasiri good afternoon
habari za asubuhi good morning
habari za jioni good evening
hadhari: -enye hadhari careful
hadi to
hadithi story
hafifu poor (quality)
hai- negative present continuous tense marker (sing)
haidhuru it doesn't matter
haifai kitu it's no good
haifanyi kazi it's not working
haiko ... there isn't any ...
haikupikika vyema undercooked
hainiudhi it doesn't bother me
haitoshi there's not enough
haja need
hajihisi vizuri he's/she's not well
haki: -a haki fair, just
haki- negative past tense marker (sing)
hakika certainly; sure
hakuna ... there isn't any ...; there aren't any ...
hakuna kitu nothing
hakuna mtu nobody
hakuna njia no entry
hakuna zaidi nothing else
hakuwa na he/she had not
hali- negative tense marker (sing)
halisi real, genuine
hali ya hewa weather; temperature

haluli laxative

ham- negative marker for 'you' (pl)

hama move

hamaki: -enye hamaki angry

hamjambo? how are you? (pl)

hamkuwa na you had not (pl)

hamna you have not (pl)

hamsini fifty

hana she/he has not

hanithi gay

hankachifu ya karatasi paper handkerchief

hapa here; right here

hapa chini down here

hapana no; not

  hapana, ile no, that one

  hapana asante no thanks

hapana kitu none

hapana ruhusa no entry; not allowed

hapa tu just here

hapo zamani in the past

haradali mustard

haraka urgent; haste; quick, fast

  kwa haraka hastily; quickly

  -a haraka fast; express (mail)

harakisha hurry

harambee (K) local fund-raising gatherings (literally: 'pull together')

-haribika damaged; broken down

haribu damage

hariri silk

harufu smell

harusi wedding

hasa! exactly!

hasara loss

hata even

  hata chembe hardly ever

  hata ikiwa ... even if ...

  hata kidogo not in the least

hatari emergency; danger

  -a hatari serious; risky

  -enye hatari dangerous

hatu- negative marker for 'we'

hatujambo we're fine

hatukuwa na we had not

hatuna we have not

hau- negative tense marker (sing)

havi- negative tense marker (pl)

hawa these (referring to people)

hawa- negative marker for 'they'

hawakuwa na they had not

hawana they have not

hawezi ... he/she can't ...

haya these

haya- negative tense marker

haya chukua here you are, there you are (offering something)

haya, sawa OK, it's a deal

hazi- negative tense marker (pl)

hebu nipishe excuse me (let me through)

hema tent

herini earrings

heri za Krismasi! Merry Christmas!

hesabu bill

heti hat

hewa air

hii this; this one

 ni hii this one

hii hapa ... here is ...

hii ni ...? is this ...?

hii siyo treni itakiwayo this is the wrong train

hii ya nani? whose is this?

hiki this

hili this

hiliki cardamom

hisi feel

Hispania Spain

 -a Hispania Spanish

hitaji need

hivi these (referring to things)

hivi karibuni recently; the other day

hiyo: hiyo nini? what's that?

 hiyo nyingine the other one

hizi these

hizi hapa ... here are ...

hodari clever

hodi! hello, anyone in?

homa temperature

homa ya mafua flu

homa ya manjano yellow fever; hepatitis

homa ya matumboni typhoid

hongera! congratulations!; well done!

hosteli ya vijana youth hostel

hoteli café, (small) restaurant; hotel

hu- negative marker for 'you' (sing)

hudhurungi tan, light brown

huduma ya daktari kwa ndege flying doctor

huduma ya kwanza first aid

huduma ya magari yaharibikayo breakdown service

huduma ya maulizo kwa simu directory enquiries

huduma ya vyumbani room service

hujambo hello; how do you do?; how are you?

huko up there

huku over here

hukuwa na you had not (sing)

huna you have not (sing)

hundi cheque, (US) check

hundi za posta postal orders

huru free

huruma pity

hususan especially

huu this

huyu this (person)

 huyu mke wangu this is my wife

huzuni: -a huzuni sad

I

i- subject/object marker; it

iba steal

ibia rob

idadi amount

idara department

idara ya majeruhi casualty department

iendayo kasi express (train)

ifikapo when it arrives

Ijumaa Friday

Ijumaa Kuu Good Friday

ikiwa if

iko ... there is ...

  iko wapi? where is it?

ikulu (T) state house (of the president)

ikweta the equator

ila except

ilani notice

ile that; that one

ilifurahisha it was fun

iliki cardamom

ilikuwa it was

iliokwishatumika second-hand

iliyochomwa grilled

iliyoiva kidogo underdone (meat)

iliyoiva vyema well-done (meat)

iliyokaangwa fried

iliyopita: saa moja iliyopita an hour ago

  wiki iliyopita a week ago

  Ijumaa iliyopita last Friday

imba sing

imeandikwa na ... written by ...

imefungwa closed; it's locked

imeharibika out of order

imejaa ... it's full of ...

imekwama it's jammed, it's stuck

imemalizika it's over

imepotea it's disappeared

i-moto warm; hot

inabana tight

ina dosari faulty

inaitwaje? what's it called?

inakirihisha disgusting

inakubidi ... you should ...

inanibidi I must

inanuka it smells, it stinks

inanukia it smells nice

inaruhusiwa? is it allowed?

inashangaza amazing, surprising

inasikitisha disappointing; it's a pity

  inasikitisha! what a shame!

inategemea it depends

inategemea juu ya ... it depends on ...

inatosha that's enough

inatosha sana, asante that's plenty, thanks

inatumika engaged, occupied

inatupasa kuondoka we've got to leave

inauma it's sore

inauzwa for sale

inavutia attractive

inavutia sana that's very interesting

inayoelekeana opposite

ingawa although

-ingi much; a lot of

ingia come in; go in; get in, arrive

ingine more; another

-ingine other; another; else; next

ini liver (in body)

inshalla if God wills it

ipendwayo na wengi popular

ipi? which one?

ishi live (verb)

ishirini twenty

isio ghali inexpensive; less
  expensive
isio na marembo plain, not
  patterned
isio ya kileo non-alcoholic
isio ya kisasa unfashionable
isiozidi less than
isiyolipiwa ushuru duty-free
  goods
isiyo na lead unleaded petrol
isiyopikika sana medium-
  rare; rare
isiyo tamu dry (wine)
isiyo tamu sana medium-dry
isiyo ya kawaida unusual,
  rare
ita call

J

-ja- perfect tense negative
  marker – has not yet ...,
  have not yet ...
jabali rock
jagi jug; vase
jaketi jacket, (US) coat
jali mind, heed
jalidi frost
jamaa relative
jamala: ni jamala sana that's
  very kind
jambo matter; hi
jamu jam
jana yesterday
jana asubuhi yesterday
  morning
jana usiku last night
jani leaf

Januari January
jaribu try; try on
jasusi spy
jawabu answer, reply
jaza fill in; fill up
je indicates a question
jeketi-okozi life jacket
jela prison
jenga build
jengo building
jengo la ukumbusho
  monument
je ni ...? is it ...?
je ni sawa? is that OK?
jeuri rude
je vipi! hey!
  je vipi? how is life?
jibini cheese
jicho eye
jifungia nje lock out
jifunza learn
jihadhari! watch out!
jiko cooker; kitchen
jina name
  jina lako nani? what's your
  name?
  jina langu ... my name is ...
  jina ni nani ...? the name
  was ...?
jina la kwanza first name
jina la ubatizo Christian name
jina la ukoo maiden name;
  surname
jino tooth
jinsia sex
jinzi jeans
jioni evening
  leo jioni this evening
jirani neighbour

jiwe stone
jodari tuna
joko oven
joto heat; hot
  joto sana much hotter; too hot
  -enye joto warm
jozi pair
  jozi ya viatu a pair of shoes
jua know; sun
  -a jua sunny
  kuna jua it's sunny
jua kali (K) open-air car repairer's yard or small workshop
juisi ya balungi grapefruit juice
juisi ya machungwa freshi fresh orange juice
juisi ya machungwa safi fresh orange juice
juisi ya nyanya tomato juice
jukwaa platform, (US) track
Julai July
julisha introduce
Jumamosi Saturday
Jumanne Tuesday
Jumapili Sunday
Jumatano Wednesday
Jumatatu Monday
jumba la makumbusho museum
jumba la mfalme palace
jumba la sanaa art gallery
jumba lenye fleti apartment block
jumla amount; total
  -a jumla general
Juni June

juu at the top; above; up; upstairs; top
-juu high
juu chini upside down
juu ya on; over, above
  juu ya ... on top of ...
juzi the day before yesterday

K

kaa crab; stay; sit
kaa kitako sit down
kabati cupboard; locker
kabeji cabbage
kabichi cabbage
kabisa completely; absolutely; extremely; quite
  sawa kabisa that's quite right
  -a karibuni kabisa latest
kabla before
kabrasha (T) brochure
kaburi tomb
kadhaa several
kadi card
kadi ya bima ya gari green card (car insurance)
kadi ya kuthibitisha cheki cheque card
kadi ya malipo credit card; charge card
kadi ya simu phonecard
kagua check
kahawa coffee
kahawa isiyokuwa na kafeini decaffeinated coffee
kahawa ya kuchujwa filter coffee

kahawa ya unga instant coffee
kahawia brown; beige
kakao cocoa
kalamu pen
kali strong; sharp; hot, spicy; sour
kama if; like; as; the same
  kwa haraka kama iwezekanavyo as soon as possible
  ni kubwa kama as big as
  kama hii the same as this
kamandegere springhare
kamari gambling
kamata catch
kamba lobster; prawn(s); rope
kamba wadogo shrimp(s)
kamba wakubwa lobster
kamba ya kuanikia nguo clothes line
kambi campsite
kamilifu perfect
kampeni campaign
kampuni company, business
kampuni ya utalii tour operator
kamusi dictionary
kamwe never
kandanda football
kando ya ... beside the ...
kanga printed cotton sheet used as a wrap
kangaja clementine
kanisa church; cathedral
kanu genet
karafuu cloves
karanga peanuts; ground nuts; (K) beef stew

karatasi paper
karatasi ya kuandikia writing paper, notepaper
karatasi ya kufungia vitu wrapping paper
karatasi yenye matangazo leaflet
karatasi za chooni toilet paper
karibu almost; near; nearly; come in, enter; welcome; you're welcome
  karibu wakati wote nearly all of the time
karibu kwa ... welcome to ...
karibu na next to; near; nearby
  karibu na bahari by the sea
karimu kind, generous
kasa robo quarter to
kasia oar; oribi
kasirika angry
kasisi priest
kaskazini north
  -a kaskazini northern
  kaskazini ya Zanzibar north of Zanzibar
kaskazini magharibi northwest
kaskazini mashariki northeast
kata cut
kata shauri decide
kati middle
  -a kati the middle one
  kati ya usiku in the middle of the night
katika in; into; out of
katika gari langu in my car
katika majira ya baridi in the winter

katika ndege on the plane
katikati centre; in the middle
  -a katikati central
katikati ya mji city centre
kaunta ya keshia cash desk
kausha kwa blowa blow-dry
kavu dry
kawaida custom
  -a kawaida usual; normal;
  natural; ordinary; fresh
kazi job; work
KBC Kenya Broadcasting
  Corporation
kebeji cabbage
kelele noise
  -a kelele noisy
kesho tomorrow
kesho alasiri tomorrow
  afternoon
kesho asubuhi tomorrow
  morning
kesho kutwa the day after
  tomorrow
-ki- object marker; it
kiafrika African
Kiafrika: -a Kiafrika African
kiangazi dry season
kianzio appetizer; starter
kiasi about; quite; fairly; rate
  (for changing money)
  -a kiasi reasonable
kiasi cha about,
  approximately
  kiasi cha nusu about half
  that
kiatu shoe; boot
kiazi potato
kibali permit; official
  permission

kibanda hut
kibanda cha kuuza bidhaa
  kiosk
kibanda cha kuuzia magazeti
  newspaper kiosk
kibanda cha simu payphone;
  phone box
kibanio clothes peg
kibao saddle (for bike)
kibebea mtoto carry-cot
kibebea mtoto mchanga cot
Kibelgiji: -a Kibelgiji Belgian
kibiriti matches
  una kibiriti? do you have a
  light?
kiboko hippopotamus
kichefuchefu nausea
kichekesho joke
kichwa head
kidani necklace
kidevu chin
kidirisha kwenye paa sunroof
kidogo rather; least; little;
  some
  maziwa kidogo a little milk
  ni nzuri kidogo it's rather
  good
kidogo tu just a little
kidole finger
kidole cha mguu toe
kidole gumba thumb
kidonge cha kuzuia mimba pill
Kifaransa French (language)
  -a Kifaransa French (adj)
kifaru rhinoceros
kificha uso mask
kifiko destination
kifo death
kifua breast; bust; chest

kifugulia mkebe tin-opener, can-opener
kifundo cha mguu ankle
kifundo cha mkono wrist
kifungo button
kifungulia chupa bottle-opener
kifuniko lid; cap
kifurushi parcel, package
kifurushi cha ... a pack of ...
kigae glass
Kiganda: -a Kiganda Ugandan
kigari cha mizigo luggage trolley
kigingi peg (for tent)
Kihabeshi: -a Kihabeshi Ethiopian
Kihindi: -a Kihindi Indian
Kiholanzi Dutch (language)
-a Kiholanzi Dutch (adj)
kihori dinghy
Kiingereza English (language)
-a Kiingereza English; British
kiingilio admission charge
Kiislamu: -a Kiislamu Islamic; Muslim
Kiithiopia: -a Kiithiopia Ethiopian
kijana teenager; youth; young
kijani green
kijani hafifu light green
kijazo filling (in tooth)
kijazo cha jino crown (on tooth)
Kijerumani German (language)
-a Kijerumani German (adj)
kijiji village
kijiko spoon
kijiko cha chai teaspoon

kijitabu cha cheki cheque book
kikaango frying pan
kikapu basket
kikapu cha katani sisal basket
Kikatoliki: -a Kikatoliki Catholic
kikausha nywele hairdryer
kikingamimba contraceptive
kiko pipe (for smoking)
kikoba wallet
kikohozi cough
kikoi brightly coloured woven cloth
kikombe cup
kikombe kikubwa mug
kikomo cha spidi speed limit
kikuku bracelet
kikumbusho souvenir
kikundi group
kila every; per
kilabu club
kilainisha nywele conditioner
kila kitu everything
kila mahali everywhere
kila moja each
kila mtu everyone
kila siku every day, daily
kilasi ya kwanza first-class
kilasi ya pili second-class
kilasi ya tatu third-class
kila usiku per night
kile that
kileo alcohol
kilima hill
kima monkey
kima cha kubadilishia sarafu exchange rate
kimaliziamlo sweet, dessert

kimalizio sweet, dessert
kimanda omelette
kimanjano: -a kimanjano yellow
Kimarekani: -a Kimarekani American
kimataifa: -a kimataifa international
kimbia run
kimo height (of person)
kimojawapo either of them
kimya quiet; silence
kina: -enye kina deep
kina kifupi shallow
kinga protection factor
king'ora cha moto fire alarm
kinyago carving
kinyozi barber's, men's hairdresser's
kinywa mouth
kinywaji non-alcoholic drink
kinywaji baridi cold drink
kiondoa harufu mbaya deodorant
kiongoza njia signpost
kioo glass; mirror
kioo cha kutazamia nyuma rearview mirror
kioo cha mbele garini windscreen
kipande piece
  kipande cha ... a piece of ...
kipandio step, rung
kipenzi favourite
kipete cha ufunguo keyring
kipimajoto thermometer
kipindupindu cholera
kipira ball
kipofu blind

kipunguzo cha bei discount
kirafiki friendly
kirekebisha hewa air-conditioning
kiroboto flea
kisahani saucer; small plate
kisasa: -a kisasa modern, up-to-date
kisigino heel
kisiwa island
Kisomali: -a Kisomali Somali
kisu knife
kisu cha kukunja penknife
kisugudi elbow
kitabu book
kitabu cha anwani address book
kitabu cha kumbukumbu diary
kitabu cha simu phone book
kitaifa: -a kitaifa national
Kitaliana Italian (language)
kitambaa cloth
kitambaa cha sufu jersey
kitana comb
kitanda bed; bunk; berth
kitanda cha mtu mmoja single bed
kitanda cha watu wawili double bed
kitanda katika treni couchette
kitangulizi in advance
Kitanzania: -a Kitanzania Tanzanian
kiti chair; seat
  kiti hiki kina mtu? is this seat taken?
kiti cha dirishani window seat
kiti cha kujinyoshea deckchair
kiti cha kuotea jua sun

lounger
kiti cha ujiani aisle seat
kitindamlo dessert
kitoto small child, infant
kitu something; thing
kitu cha kula something to eat
kitu cha kizamani antique
kitu cha kuchezea toy
kitu chochote anything
  kitu chochote kingine? anything else?
kitu kingine something else
kitundikia nguo coathanger
kitunguu onion(s)
kitunguu saumu, kitunguu thomu garlic
kituo cha basi bus stop
kituo cha mabasi bus station
kituo cha mapumziko stopover
kituo cha petroli petrol station, (US) gas station; service station
kituo cha teksi taxi rank, taxi stand
kiu thirst
kiuavijasumu antibiotics
kiunga suburb
kiungulia indigestion
kiuno waist
kivuli shade
  kivulini in the shade
kivutia hewa majini snorkel
kiwanda omelette; factory
kiwanja cha michezo playground
kiwashia sigara cigarette lighter

kiwiko elbow
Kiyahudi: -a Kiyahudi Jewish
kiyoyozi air-conditioning
kizibao waistcoat
kizibo cork; cap; plug
kizibuo corkscrew
kizima moto fire extinguisher
kiziwi deaf
kizuia ugandaji antifreeze
kizungu: -a kizungu European
kizuri nice
klabu club
klabu ya burudani nightclub
-ko indicates indefinite location
  yuko ndani? is he in?
kochi couch, sofa
kode code
kode ya simu dialling code
kodi hire; rent
kodisha (K) hire
kofia cap; hat
komamanga pomegranate
komba bushbaby
kome mussels
kona turning; corner
kongoni hartebeest
koo throat
kopo (K) tin, can
kopo la petroli petrol can, (US) gas can
korongo roan antelope; crane (on coast)
korosho cashew nuts
kosa mistake, error; fault
-kosa miss
krimu cream
krimu ya kuhifadhi ngozi sunblock

krimu ya kunyesea ngozi moisturizer

krimu ya kunyolea shaving foam

Krismasi Christmas

krispu crisps, (US) (potato) chips

ku- marker added to the verb to form the infinitive

-ku- negative past tense marker

kuambukiza: -enye kuambukiza infectious

kuamsha kwa simu wake-up call

kuathiriwa na jua sunstroke

kubabuka kwa jua sunburn

kubadilisha pesa exchange currency; currency exchange

kubali accept; agree

-kubwa big, large

-kubwa sana enormous; too big

-kubwa zaidi a lot bigger

kuchanja vaccination

kuchekesha: -a kuchekesha funny, amusing

kuchekwa: -a kuchekwa ridiculous

kuchemsha: -a kuchemsha boiled

kucheza dansi dance

kuchoma: -a kuchoma grilled

kuchosha: -enye kuchosha boring

kuchwa kwa jua sunset

kudhurika kwa chakula food poisoning

kuelekea direction; towards

kuelekea kulia to the right

kuendesha chelezo rafting

kuendesha mtumbwi canoeing

kufaa to be useful

-a kufaa valuable

-enye kufaa convenient; useful

kufanana: -a kufanana typical

kufika arrival

kufuli lock

kuharibika breakdown

kuharisha diarrhoea

kuhusu about, concerning

kuigiza: -a kuigiza imitation

kuingia entrance

kuingia hedhi period (menstruation)

kuingia mapangoni caving

kuingia mwezi period (menstruation)

kuja to come; to come back

kujiandikisha check-in

kujifurahisha enjoy oneself

kujihudumia mwenyewe self-service

kujogi go jogging

kukaanga: -a kukaanga fried

kukata nywele haircut

kukatika kwa umeme power cut

kukawia delay

kuku chicken

kula eat

kulala na chakula cha asubuhi bed and breakfast

kulastara heron

kule there; over there

kule juu up there

kulevya: -enye kulevya alcoholic

kulia right (not left)

kuliko than; more than

kuliko -ote the most

ndogo kuliko smaller than

kumbuka remember

kumetanda mawingu cloudy

kumetokea nini? what has happened?

kumi ten

kumradhi excuse me, sorry

kuna ... there is ...; there are ...

kuna makosa gani? what's wrong?

kuna nini? what's the matter?, what's wrong?

kunajisi rape

kunde cow peas

kundi crowd

kundi la wanyama herd

kunradhi excuse me, sorry

kunywa drink

kuomba radhi apology

kuona sight

kuondoka departure

kuosha vyombo do the washing-up

kupanda riding

kupanda baisikeli cycling

kupanda bao lenye tanga sailboarding

kupanda chelezo cha tanga windsurfing

kupanda farasi horse riding

kupanda milima mountaineering

kuparamia milima climbing

kupatana bargaining

kupeleka faksi fax

kupendeza: -a kupendeza pleasant

kupinda bend

-enye kupinda winding

kupiga kambi camp

kupiga mbizi diving

kupiga simu phone

kupitia through; via

kurejeshewa pesa refund

kuro, kuru waterbuck

kuruba bend (in road)

kurudi to go back

kusafisha filamu film processing

kusanya collect

kushangaza: -enye kushangaza astonishing

kushoto left; on the left; to the left

njia ijayo kushoto the next street on the left

kusini south

-a kusini southern

kusini magharibi southwest

kusini mashariki southeast

kusisimua: -a kusisimua exciting

kusokotwa tumbo upset stomach

kusumbua: -enye kusumbua annoying

kutafsiri translation

kutana meet

kuteleza: -enye kuteleza slippery

kutembea walking

kutembelea sightseeing

Ku

129

kutisha: -a kutisha horrible
kutoelewana
  misunderstanding
kutoka from; exit
kutokosa: -a kutokosa boiled
kutopata choo constipation
kutoridhishwa disappointed
kutosha: -a kutosha enough
kuukuu old
kuumiza: -enye kuumiza
  painful
kuumwa na mdudu insect bite
kuvua samaki fishing
kuvuka across; crossing
kuvuka njia across the road
kuvutia: -a kuvutia
  impressive
kuwa be
kuwa na to have
kuwasili arrival
kuwekesha reservation
kuzamia mbizi snorkelling;
  skin diving
kwa by; to; for
  kwa basi/gari by bus/car
  kwa treni by train
  kwa Maisara at Maisara's
  kwa Kiingereza in English
  kwa Kiswahili in Swahili
  kwa ... iwezekanavyo as ... as
  possible
  kwa afya yako! cheers!
  kwa bahati nzuri fortunately
  kwa dobi laundry (place)
  kwa ghafula suddenly
  kwa heri goodbye, cheerio
    (said to one person)
  kwa herini goodbye, cheerio
    (said to more than one person)

kwa jumla general
kwa kawaida mostly
kwake to him/her; at his/
  her place
kwa kiasi fairly
kwa kiasi tu so-so
kwako at your place
kwa kweli really
kwama stuck, jammed
kwa makusudi deliberately
kwa matumainio hopefully
kwa miguu on foot, walking
kwa nini? why?
  kwa nini isiwe hivyo? why
  not?
kwanza first; at first
  -a kwanza (the) first
kwa rejesta by registered mail
kwaruza scratch
kwa sababu because
  kwa sababu ya because of
kweli true
  ni kweli that's right
  -a kweli genuine
kwenda go
kwenda madukani shopping;
  go shopping
kwenye at; on
kwetu at our house

L

la eat; no
  la, bado no, not yet
  la asante no thanks
labda perhaps, maybe;
  probably
  labda sivyo perhaps not

ladha flavour; taste
la hasha certainly not
  la hasha! no way!; God forbid!
laini smooth, soft
laita cigarette lighter
lake his; her
lakini but
lala sleep; lie down
lalamika complain
lala salama good night (literally: sleep peacefully)
lazima necessary; must; have to
  ni lazima ni-...? do I have to ...?
  si lazima it's not necessary
-le that (further away)
  -le ni ...? is that ...?
leo today
  leo asubuhi this morning
  leo usiku tonight
leseni licence
leseni ya gari driving licence
leta bring; get, fetch
lewa be drunk
li- subject/object marker
-li- past tense marker
lia cry
lifti lift, elevator
likizo holiday, vacation
  likizoni on holiday, on vacation
likizo la kitaifa public holiday
liko wazi open
-likuwa was; were; had
lile that
limau lemon
limefungwa closed

lini? when?
-liobabuka kwa jua sunburnt
-liochacha stale
-liokauka dehydrated
-liokufa dead
-liolegea loose
-liovimba swollen
lipa pay
-lipasa got
losheni lotion, cream
losheni ya kujikinga na jua suntan lotion
lowa get wet, be soaked
lozi almond
lugha language

M

m- you (pl)
-m- him; her
maadini metal
maandazi doughnut
maanisha mean
mabasi buses
Machi March
macho eyes
machungwa oranges
madafu green coconuts
madawa ya kulevya drugs, narcotics
maegesho ya magari car park, parking lot
maelezo description; information
maembe mangoes
maendeleo progress, development
mafigo kidneys

mafua cold (illness)
mafuriko flood
mafuta oil
mafuta ya kujikinga na jua
 suntan oil
magari cars; vehicles
magari barabarani traffic
magari ya kukodi car rental
magendo corruption, bribery
magharibi west
 -a magharibi western
magofu ruins
mahali somewhere; place
mahali pa kubadilishia pesa
 bureau de change
mahali pa kukaa
 accommodation
mahali pa kukutania meeting
 place
mahali pa wenyeji local
 people's place (for example,
 market, bar or coffee shop where
 local people meet and chat)
mahali pengine somewhere
 else
maharag(w)e beans; red
 kidney beans
maharagwe ya kifaransa
 French beans
mahindi corn
maili mile
maili bila ya kikomo unlimited
 mileage
maini liver (food)
maisha life
majani grass
majarini margarine
maji water
maji baridi cold water

majimaji: -a majimaji wet;
 damp
majira ya baridi winter
majira ya chipuko spring
majira ya joto summer
majira ya mvua rainy season
majira ya pukutiko la majani
 autumn, (US) fall
maji ya balungi grapefruit
 juice
maji ya embe mango juice
maji ya kunywa drinking
 water
maji ya kuosha washing water
maji ya machungwa orange
 juice
maji ya machungwa safi fresh
 orange juice
maji ya matunda fruit juice
maji ya mfereji tap water
maji ya moto hot water
maji ya mvuke distilled
 water
maji ya nanasi pineapple juice
maji ya soda mineral water
makabunini cemetery
makanika mechanic
makini sober
makome shellfish
maktaba library
makusudio destination
makutano ya njia junction,
 intersection
makuti palm-leaf roof
malai cream
malalamiko complaint
malaya prostitute
malazi na chakula full board
malazi na chakula mara mbili

half board
malhamu ointment
malipo charge
malipo kwa mpigiwa simu reverse charge call, collect call
malipo ya huduma service charge
maliza finish
mama mum, mother; Madam; Mrs; Miss; Ms
mama mdogo aunt (maternal)
mama mkwe mother-in-law
mamba crocodile
manamba 'turnboy' – ticket collector on Kenyan matatu minibuses
mandari picnic
mandhari view; scenery
manukato perfume
manyatta temporary cattle camp (Maasai)
manyunyu shower (of rain)
maonyesho exhibition
maonyesho ya biashara trade fair
mapafu lungs
mapambo ya vito jewellery
mapazia curtains
mapema early
mapenzi love
mapigano fight
mapokezi reception
maporomoko ya maji waterfall
mara time
  mara kwa mara frequent
  si mara nyingi not often
  mara mbili twice
  mara mbili zaidi twice as

much
  mara tatu three times
  mara ya kwanza the first time
  mara ya mwisho last time
maradufu double
  mara moja once (one time)
  mara nyingi often
  mara nyingine next time; sometimes
marashi maalumu ya nywele hair spray
Marekani the United States
mashariki east
  -a mashariki eastern
masharubu moustache
mashindano ya mbio race
mashine machine
mashine ya kufagilia vacuum cleaner
mashine ya kufulia washing machine
mashini ya kukaushia spin-dryer
mashini ya kunyolea shaver, electric razor
masikini poor; the poor; beggars
masomo ya lugha language course
mastafeli soursops – edible white-fleshed fruit with spiny skin and black seeds
matako bottom
matangazo broadcast
matata problems, hassles
matatanisho mix-up
matatu (K) shared pick-up taxi, minibus

matiti wazi topless
matopetope custard apples
matunda fruit
maulizo information desk
maumivu ache; pain
maumivu ya jino toothache
maumivu ya kichwa headache
maumivu ya koo sore throat
maumivu ya mgongo
  backache
maumivu ya sikio earache
maumivu ya tumbo
  stomachache
mawimbi wave
  -enye mawimbi curly
mawingu cloud
  -enye mawingu dull
mayai eggs
maziko, mazishi funeral
maziwa milk
maziwalala (K) yoghurt; sour
  milk
maziwa ya kuganda (T)
  yoghurt; sour milk
mazoezi practise
mbaazi pigeon peas
mbali far
  kwa mbali in the distance
mbalimbali separately
mbali na apart from
mbao wood (material)
mbatata potato(es)
mbaya nasty, horrible
  si mbaya not bad
mbaya sana awful, shocking;
  much worse
mbega colobus monkey
mbele front
mbele ya beyond; in front

mbele ya hoteli in front of
  the hotel
mbele zaidi further
  mbele zaidi njiani it's further
  down the road
mbili two
mbingu sky
mboga vegetables
mbu mosquito
mbuga ya taifa national park
mbuga ya wanyama game
  park, reserve, wildlife park
mbuzi goat
mbwa dog
mbwa mkali! beware of the
  dog!
mbwa mwitu jackal
mchana daytime
mchana kutwa all day
mchanga sand
mchele rice (uncooked)
mchezaji maarufu film star
mchezo sport; game; play
mchezo wa kuigiza show (in
  theatre)
mchicha spinach
mchikichi palm tree
mchomo burn
mchoyo greedy
mchumba fiancé(e)
mchuzi curry; sauce; gravy
mdomo mouth
mdudu insect, bug
-me- perfect tense marker;
  verb tense marker indicating
  something that has just
  happened and is continuing
mechi game, match
mechi ya kandanda football

match
Mei May
meli ship
  kwa meli by ship
mende cockroach
meneja manager
meneja wa kike manageress
meno bandia dentures
menyu menu
menyu maalumu set menu
menyu ya chakula menu
-mepotea missing
metali metal
meza table(s)
mfalme king
mfano example
  kwa mfano for example
mfarishi duvet
mfasiri translator
mfereji canal; tap, faucet
mfuko bag; carrier bag;
  pocket
mfupa bone
mgeni guest; foreigner;
  stranger
mgongano crash
mgongo back (of body)
mgonjwa sick person
mgonjwa wa kisukari diabetic
mguu foot; leg
mhanga aardvark; sacrifice
mhudumiaji waiter; waitress;
  steward
mhudumiaji wa kike
  stewardess; waitress
miadi appointment
mia moja hundred
midomo lips
miguu: kwa miguu on foot

miji towns
mila custom
  -a mila traditional
miliki own; rule over
milimani in the mountains
mimi I; me
  mimi ni I am
  mimi pia me too
mindi duiker
minsi minced meat, ground
  meat
miongoni mwa among
mita metre
miti trees
miwani glasses, spectacles,
  eyeglasses
miwanilenzi contact lenses
miwani ya jua sunglasses
mizigo luggage, baggage
mizigo iliyozidi uzito excess
  baggage
mizigo ya mkononi hand
  luggage
mji city, town
  mjini in town
  mjini Nairobi in Nairobi
mji mkongwe (T) old town
mjinga idiot; stupid, thick
mji wa kale (K) old town
mjomba uncle (mother's brother)
mjukuu wa kike
  granddaughter
mjukuu wa kiume grandson
mkabala opposite
mkahawa small restaurant;
  tea shop, coffee shop, café
mkalimani interpreter
Mkanada Canadian
mkanda wa kujiokolea lifebelt

mkasi scissors
mkate bread; loaf; roll
mkate kahawia brown bread
mkate mweupe white bread
mkate wa brauni brown bread
mkate wa ngano
  (isiyokomolewa) wholemeal
  bread
mkato cut
mke wife
mkebe (T) tin, can
  mkebe wa biya a can of beer
mkeka wa kutumia pwani
  beach mat
Mkenya Kenyan
mkesha wa Krismasi
  Christmas Eve
mkesha wa Mwaka Mpya
  New Year's Eve
mkoa region
mkoba bag, handbag, (US)
  purse; briefcase
mkondo current (in water)
mkono arm; hand
mkono wa vazi sleeve
mkuki spear
mkutano conference; meeting
mkwe son-in-law; daughter-
  in-law
mlango door; gate; entrance
mlango wa dharura
  emergency exit
mlango wa kutokea exit
mlemavu disabled person
mlembe sanitary napkins/
  towels
mlezi wa muda baby-sitter
mlikuwa na you had (pl)
mlima mountain

mlinzi caretaker
mlo course (meal)
mlolongo queue
Mmarekani American
mmea plant
mmilikaji owner
mna you have (pl)
mnamo: mnamo dakika mbili
  in two minutes
  mnamo siku mbili in two
  days' time
mnyama animal
-mo indicates inside location
moja one
-moja single
moja kwa moja direct;
  straight; straight ahead
mojawapo either
Mola God
mondo serval
moran man in the warrior age
  group of Maasai or Samburu
moshi smoke
moto fire; hot
  inawaka moto it's on fire
moyo heart
mpaka border; until; to
mpaka wapi? where to?
mpanda baisikeli cyclist
mpenzi wa kiume boyfriend
mpingo ebony
mpira ball; football; rubber
mpira wa tairi inner tube
mpishi cook
mpokeaji pensheni pensioner
mpokea wageni receptionist
Mprotestanati Protestant
mpwa wa kike niece
mpwa wa kiume nephew

mpya new; novel
mroho greedy
msaada help
 -a msaada helpful
msagaji lesbian
msalani (T) toilet, (US) rest room
msanii artist
msenge gay
mshoni tailor
mshtuo shock
mshumaa candle
msiba disaster
msichana girl
msikiti mosque
msitu forest, woods; jungle
msogamano wa magari traffic jam
mstaafu retired
mstari line
msumari nail (metal)
Msumbiji Mozambique
msusi hairdresser's (women's)
mswaki toothbrush
mtalaka divorcé(e)
mtalii tourist
mtama millet; sorghum
Mtanzania Tanzanian
mtayatisha nywele hairdresser's (women's)
mtembezaji watalii tour guide
mti tree
mtihani exam
mto pillow; cushion; river; stream
mtoto child, kid
mtoto mchanga baby
mtoto wa bandia doll
mtoto wa kike daughter

mtoto wa kiume son
mtu person; man; somebody, someone
mtumbwi canoe
mtumishi wa kike maid
mtu mzima adult
mtu yeyote anybody
muda period (of time); during
 kwa muda gani? how long?
muda mrefu a long time
muhanga aardvark
muhimu important; main; essential, vital
 ni muhimu it's important
 ni muhimu kwamba ... it is essential that ...
 si muhimu it's not important
muhogo cassava
muhula term
mume husband
mumunye courgette, zucchini
Mungu God
mung'unye courgette, zucchini
murram red or black clay soil; road
muuguzi nurse
muuza maua florist
muuza miwani optician
muuza samaki fishmonger's
muziki music
muziki wa kimila folk music
muziki wa kisasa pop music
mvinyo wine
mvinyo nyekundu red wine
mvinyo nyeupe white wine
mvua rain
 katika mvua in the rain
 mvua inanyesha it's raining

mvua ya radi thunderstorm
mvujo leak
mvulana boy
mvunjiko fracture
Mwafrika African
mwaka year
mwaka huu this year
Mwaka Mpya New Year
mwaliko invitation
mwalimu teacher
mwambie anipigie simu,
  tafadhali please ask him to
  call me
Mwamerika American
mwanafunzi student;
  beginner
mwanagenzi beginner
mwanamke woman
mwanamuziki musician
mwananchi person; national,
  citizen; peasant; worker
mwangalizi wa watoto child
  minder
mwanga wa jua sunshine
mwanzo beginning, start
mwanzoni at the beginning
mwasho itch
Mwaustralia Australian
mwavuli umbrella
mwavuli mkubwa sunshade
mwavuli wa kutumia pwani
  beach umbrella
mwembamba skinny
mwenye akili intelligent
mwenye haya shy
mwenye kifafa epileptic
mwenye mimba pregnant
mwenye nguvu strong
mwenye usingizi sleepy

mwenye uzoefu experienced
mwenyewe owner; myself;
  yourself; himself; herself
mwenzi partner (boyfriend,
  girlfriend etc)
mwezi month; moon
  mwezi huu this month
mwezi wa kumi (T) October
mwezi wa kumi na mbili (T)
  December
mwezi wa kumi na moja (T)
  November
mwezi wa kwanza (T) January
mwezi wa nane (T) August
mwezi wa nne (T) April
mwezi wa pili (T) February
mwezi wa saba (T) July
mwezi wa sita (T) June
mwezi wa tano (T) May
mwezi wa tatu (T) March
mwezi wa tisa (T) September
mwili body
mwimbaji singer
mwimbaji wa kisasa pop
  singer
mwisho end
  -a mwisho last
mwishowe eventually
mwitu forest; jungle
mwituni: -a mwituni wild
mwizi thief
mwizi mchomoa mifuko
  pickpocket
mwongozi guide (person)
mzaha joke; ridicule
mzee old; senior citizen; old
  man (a term of respect)
Mzungu European
mzuri nice

N

na and; with
  na mimi pia so am I; so do I
-na- present continuous tense
  marker
naelewa I see, I understand
naenda ... (K) I'm going to ...
nafikiria hivyo I think so
nahitaji ... I need ...
naipenda ... I like ...,
  I love ...
naishi ... I live in ...
nakaa ... I'm staying at ...
nakshi ya shanga beadwork
nakubali I agree
nakumbuka I remember
nakupenda I like you
nakupongeza
  congratulations!
nakutakia mema best wishes
nakutakia siku njema have a
  nice day
nakwenda... (T) I'm going
  to ...
namba(ri) number
namba ya flaiti flight number
namba ya jimbo la simu area
  code
namba ya kusajiliwa
  registration number
namba ya safari flight
  number
namba ya simu phone
  number
namna sort
  namna gani? what's up?
nanaa mint

nanasi pineapple
nane eight
nani? who?; who is it?
  ni nani wewe? who's calling?
na nusu half past
nao with them
napenda zaidi ... I prefer ...
na robo quarter past
nasahau I forget
nasi with us
nasikitika sana I'm really
  sorry
nasisitiza I insist
nataka ... I want ..., I'd
  like ...
natazama tu I am just looking
  around
natoka ... I'm from ..., I come
  from ...
natumai kwamba ... I hope
  that ...
nauli fare
naumwa I feel ill
nawe with you (sing)
naweza ...? could I ...?; could
  I have ...?
naweza kuiona? may I see it?
naweza kukaa hapa? can I
  sit here?
naweza kuona? can I see?
naweza kuona leseni yako,
  tafadhali? can I see your
  licence, please?
naweza kupata ...? can I
  have ...?
naweza kutazama? can I have
  a look?
naye with her/him
nazi ripe coconut(s)

nchi country; state
ndani inside
ndani ya nyumba indoors
ndege bird; plane, airplane
    kwa ndege by air, by plane;
    by airmail
ndevu beard
ndimu lime
ndiyo yes; sure; it is
    ndiyo, tafadhali yes, please
    ndiyo hasa that's it, that's
    right
ndizi banana(s); plantain(s)
ndoo bucket
ndoto dream
ndovu elephant
ndugu brother
nemechoshwa I'm bored
nenda go away
nenda chini go down (the
    stairs etc)
nenda zako we! go away!
-nene fat; thick
neno word
nepi nappy, diaper
nepi za tumia-utupe
    disposable nappies/diapers
nesi nurse
ng'ambo abroad
ngamia camel
ngao shield
ngapi? how many?; how
    much?
ngawa serval
ngazi stairs
nge scorpion
ngiri warthog
ngisi squid
ngoja wait

ngojea kwa hamu look
    forward to
ngoma drums; dancing;
    party; celebration
ngoma ya kimila folk dancing
ng'ombe cow
ngome castle; fort
ngozi skin; leather; suede
    -a ngozi leather; suede
nguchiro mongoose
ngumu difficult
nguo clothes; dress; cloth,
    fabric
nguo ya kuogelea swimming
    costume
nguo za kiume menswear
nguo za kufuliwa laundry,
    washing
nguo za wanawake ladies'
    wear
nguru kingfish
nguruwe pig; hog
ni is; are; it is; that is; they
    are; I am
    (je) ni ...? is it ...?
    ni ghali a bit expensive
ni- I
-ni indicates plural form of
    verb
-ni- me; object marker
nifuate follow me
ni kiasi gani? how much is it?
nikupe lifti? would you like
    a lift?
ni kweli? really?
niletee send it to me; bring
    me
nilikuwa na I had
nimefurahi kukutana nawe,

nimefurahi kuonana nawe pleased to meet you

nimekosea namba I've got the wrong number

nimeoa/nimeolewa I'm married (man/woman)

nimesahau I've forgotten

nina I have

ninaelewa! I see!, I understand!

ninaitwa ... I am called...

ninakaa ... I am staying at/in ...

ninatoka ... I'm from ...

ningependa ... I'd rather ...

ningojee wait for me

nini? what?

ninyi you (pl)

nipe give me

nipige picha! take a picture of me!

nitaonana nawe baadaye see you later

njaa hunger

  nina njaa I'm hungry

  -enye njaa hungry

nje out; outside; in the open air

njegere peas

njia route(s); road(s); street(s); path(s); lane(s); pass (in mountains)

  ni njia hii it's this way

  ni njia ile it's that way

  njiani down the road; on the street

njia imefungwa road closed

njia kuu main road

njia panda crossroads,

intersection; fork (in road)

njia ya chini kwa chini tunnel

njia ya kuukimbia moto fire escape

njia ya panda crossroads, intersection; fork (in road)

njia ya reli railway

njugu nuts; peanuts

njugunyasa peanuts, ground nuts

nne four

Noeli Christmas

noti note, (US) bill

Novemba November

nsya duiker

nukta second (of time)

nungu porcupine

nunua buy

nuru light; brightness

  -enye nuru bright

nusu half

nusu chupa half-bottle

nusu darzeni half a dozen

nusu saa half an hour

nusu ya bei half-price

nusu ya nauli half fare

nyama meat

nyama choma (K) roast meat

nyama ya bata duck

nyama ya kanga guinea fowl

nyama ya kondoo lamb; mutton

nyama ya kuchoma roast beef; (T) roast meat

nyama ya kuku chicken

nyama ya kwale pheasant; partridge

nyama ya mawindo game

nyama ya mbuni ostrich

nyama ya mbuzi goat
nyama ya ndama veal
nyama ya ng'ombe beef
nyama ya nguruwe pork;
  bacon
nyama ya njiwa pigeon
nyama ya nyati buffalo
nyama ya paa venison
nyama ya sungura hare;
  rabbit
nyama ya swala impala
nyamaza! quiet!; shut up!
nyani baboon
nyanya grandmother;
  tomato(es)
nyati buffalo
nyegere ratel
nyekundu red
nyembe razor blades
nyepesi light (not heavy)
nyeusi dark; black
nyigu wasp
nyingi many; a lot, lots,
  plenty; a lot more
  nyingi sana quite a lot; too
  much
  ... nyingi sana lots of ...
  si nyingi not many; not
  much, not a lot
  si nyingi sana not very much
nyingine different; other;
  others
nyinyi you (pl)
nymera topi
nyoka snake
nyonga hip
nyongeza supplement
nyota star
nyuma back; at the back;

behind
  nyuma yangu behind me
nyumba house; lodge
nyumbani home
  nyumbani kwangu at my
  home
nyumba ya kupanga boarding
  house
nyumba ya wageni
  guesthouse
nyumbu wildebeest
nyuzi za viatu shoelaces
nywa drink
nywele hair
nzi fly (insect)
nzito heavy
nzuri good; pretty; nice
  ni nzuri sana! that's great!
nzuri sana great, terrific

O

-oa marry
ofisi office
ofisi ya baraza la mji town
  hall
ofisi ya kukatia tiketi box
  office
ofisi ya kuweka mizigo left
  luggage (office), baggage
  checkroom
ofisi ya tikiti ticket office
ofisi ya utalii tourist
  information office
ofisi ya vitu vilivyopotea lost
  property office
ofisi ya wakala wa usafiri
  travel agent's

ogelea swim
-olewa married (woman)
omba ask
omba lifti hitchhike
ona find; see; meet
onana see; meet
ondoka leave; go away
  ondoka! go away!
ongoza lead
onyo! warning!
operesheni operation
orodha ya chakula menu
orodha ya mvinyo wine list
osha wash
ota jua sunbathe
-ote whole
-ote mbili both

P

pa give
paa suni antelope
paipu pipe
paipu ya ekzosi exhaust (pipe)
paishio safari destination
paja thigh
paji forehead
paka cat
pakiti ya sigara a packet of
  cigarettes
pa kujaribia nguo fitting room
palahala antelope
pamba cotton; cotton wool,
  absorbent cotton
pamoja altogether; together
  pamoja na with; together
  with
pana wide

panda get on
panda juu go up
panga machete
pango cave
panya rat; mouse
papa shark
papai papaya, pawpaw
papo hapo straight away
parachichi avocado
Pasaka Easter
pasheni passion fruit
pasi iron (for ironing); pass
pasi ya kuingilia chomboni
  boarding pass
pata have; get, obtain; catch
patana deal (business)
pauni pound (money)
pazia blind(s); curtain(s)
pazia la vibapa shutter(s)
pea pear
pekee alone
peke yangu by myself
pekua search
peleka send; forward
peleka kwa posta mail
pembe horn (of animal)
pembeni side
penda like; love
penda zaidi prefer
pendelea interested
pengine sometimes; another
  time; another place; might
penseli pencil
pera guava
peremende sweets, candies
pesa money, cash
  sina pesa I have no money
  pesa ngapi ...? how much
  is ...?

pete ring
pete ya ndoa wedding ring
petroli petrol, (US) gas
peya pear
-pi which
pia too, also
picha photo, picture;
 portrait
picha ya kuchora painting
pichi peach
piga hit
piga kelele shout
piga picha mimi! take a
 picture of me!
piga simu call, phone; dial
pika cook
pikipiki motorbike
pikipiki ndogo moped
pili second
 -a pili (the) second
pilipili pepper(s); chilli(es)
pilipili manga black pepper
pima weigh
pimbi rock hyrax
pinda turn
pinda kushoto/kulia turn
 left/right
pini pin; safety pin
pipa bin
pipa la taka dustbin, trash can
piripiri chillies
pita go through; overtake
pitia call round
plagi plug; spark plug
plasta plaster, Bandaid®
pletfomu platform, (US) track
-po marker indicating
 definite location
 yupo hapa? is he/she here?

pochi purse (for money)
pofu eland
pointi za ditributa points (in
 car)
pokea take, accept
pole I'm sorry to hear that,
 what a shame
-pole polite
polepole slow; slowly;
 gradually
polisi policeman; police
polisi wa kike policewoman
pombe alcohol; alcoholic
 drink; type of home-brewed
 beer
ponda knock down
ponesha cure
porojo idle chatter
posa engaged (to be married:
 man)
posta post office
posta kuu main post office
postikadi postcard
postkodi postcode, zip code
poswa engaged (to be married:
 woman)
potea disappear
poteza lose
pua nose
pumu asthma
pumzika rest
punda donkey, ass; horse
punda milia zebra
punde moment; soon
punde hivi in a minute
punguza trim
punguza bei! reduce the
 price!
punguza kidogo! come down

a little!
punguza spidi! slow down!
punja swindle
punjwa be swindled
  nimepunjwa I have been
  swindled
-puuzi silly
pwani beach; coast
pweza octopus

R

radi thunder
rafiki friend
rafiki wa kike girlfriend
rafiki wa kiume boyfriend
rafu shelf
raha comfort
rahisi cheap; easy, simple
rai opinion; suggestion
raia citizen
rais president (of country)
ramani map
ramani ya njia street map;
  road map; network map
ramsa fair
ramu rum
rangi colour; paint
rangi ya kijivu grey
rangi ya kunde brown
rangi ya malai cream
rangi ya machungwa orange
rangi ya mdomo lipstick
rangi ya viatu shoe polish
rangi ya waridi pink
rangi ya zambarau purple
rasmi formal
ratiba timetable, (US) schedule

ratili pound (weight)
-refu long; tall
rejesha bring back
rejeshea kupigia simu ring
  back
rejesta registered
reli rail
riadha athletics
rikodi record (music)
ripoti report
risiti receipt
robo quarter
rojo gravy
roshani balcony
rubani pilot
rubuni deposit (as part
  payment)
rudi come back, return, go
  back; get back
rudia repeat
rudisha give back
ruhusa permission
ruhusu let, allow
ruka jump
rusha throw
rushwa corruption

S

saa clock; o'clock; hour;
  time; wristwatch
  (ni) saa ngapi? what time is
  it?
saa sita ya usiku midnight
saa ya kengele alarm clock
saba seven
sabini seventy
sabuni soap

sabuni ya majimaji washing-up liquid

sabuni ya unga washing powder, soap powder

sadiki believe

safari safari; journey; travel

safari kwa baluni balloon safari

safari kwa basi coach trip

safari kwa basi dogo minibus safari

safari kwa meli cruise

safari kwa ndege flight; air safari

safari kwa ndege ya ratiba scheduled flight

safari kwa ngamia camel safari

safari njema! have a good journey!

safari ya kuongoza watalii guided tour

safari ya makao kambini camping safari

safari ya matembezi day trip

safari ya mpango wa jumla package holiday

safari ya utalii tour

safari za kimataifa international flights

safari za ndege za ndani domestic flights

safi clean; fine; cool

safi kabisa great, excellent

safiri travel

safiri kwa ndege fly

safisha clean; develop

sahani plate

sahau forget

sahihi correct, accurate

saidia help

saidia maskini! help the poor!

saini signature

saizi size

sakafu floor (of room)

 sakafuni on the floor

salama safe

samahani sorry; excuse me

 samahani? sorry?, pardon (me)?

samahani kukusumbua sorry to bother you

samahani, nimekosea namba sorry, wrong number

samahani nipishe excuse me

samaki fish

samehe forgive

sampuli pattern; sample

sana very; too; so

sanaa art

sanamu statue

sandara mandarin(s)

sanduku box

sanduku la barua, sanduku la posta letterbox, mailbox

sange elephant shrew

sapatu sandal(s), slipper(s)

sarafu coin

sarafu ya Kiingereza sterling

sasa now

sasa hivi soon

sauti voice

 -enye sauti kubwa loud

savieti serviette

sawa all right, OK; right, correct; that's fine; yes; similar

niko sawa I'm OK

ndiyo, sawa yes, that's fine

sawa! right!
ni sawa that's fine
ni sawa tu that's OK
secunde second
sehemu part
sehemu ya ... a bit of ...
sehemu kubwa a big bit
sehemu ndogo a little bit
sehemu maarufu za ... the sights of ...
sehemu ya chini ground floor, (US) first floor
sehemu ya mapokezi reception desk
sehemu ya watoto children's portion
seli sale
sema speak; say; talk
sema polepole speak slowly
sema tena repeat
sema uongo lie, tell a lie
serikali government
shahamu fat (on meat)
shahidi witness
shamba country, countryside; small farm; plot; farm; plantation
shanga beads
shangazi aunt (paternal)
shanta rucksack
shauri advice
shavu cheek (on face)
shawa shower (in bathroom)
-enye shawa with shower
shelisheli breadfruit – large roundish fruit eaten boiled or roasted
shemegi, shemeji brother-in-law; sister-in-law

sherehe festival
sheria law
shida trouble
sina shida I'm all right
una shida yoyote? are you all right?
-a shida hard, difficult
shimo hole
shingo neck
shirikiana share
shiti sheet
shokomsoba shock-absorber
shona sew
shtuko la moyo heart attack
shuka get off; get out
shule (T) school
si is not; are not; not
si- present negative marker for 'I' – I don't ...
-si- indicates negative form of verb
si ... wala ... neither ... nor ...
siagi butter
sibamangu caracal
sidiria bra
sielewi I don't understand
sifa quality
sifahamu I don't understand
sifikirii I don't think so
sifuri zero
sigaa cigar
sigara, sigareti cigarette(s)
sihitaji I don't need
siipendi I don't like it
sijambo I'm fine; very well
sijui I don't know
siki vinegar
sikia hear
sikiliza listen

sikio ear

si kitu don't mention it; it's nothing

siku day

siku iliyotangulia the day before

siku inayofuatia the day after

sikubali hata kidogo definitely not

sikumbuki I don't remember

sikuwa I was not

sikuweza ... I couldn't ...

siku ya kuzaliwa birthday

siku zote always

silinda yenye gesi gas cylinder

sima cornmeal porridge

simama! stop!

simamisha stop

simba lion

simu line; phone

simu ya kulipwa na mpokeaji reverse charge call, collect call

simu ya mbali long-distance call

simu ya upepo mobile phone

sina I have not

sina chenji I've no change

sina mke/mume single, not married (man/woman)

sindano needle

-siodhuru safe

-sio faa wrong; not useful

-siopenya maji waterproof

-sio rasmi informal

-siowezekana impossible

sipendi ... I don't like ...

siri secret

si ruhusa kuegesha no parking

sisemi ... I don't speak ...

sisi we; us

sisi ni we are

sisitiza insist

sita six

sitaha deck

sitaki ... I don't want ...

sitini sixty

sivuti sigara I don't smoke

sivyo not so

siwezi ... I can't ...

siyo not; no

siyo? isn't it?

si yoyote neither

si yoyote kati yao neither (one) of them

skii ya majini waterskiing

skuli (K) school

soda soft drink

soda ya limau lemonade

soda ya machungwa fizzy orange

sogea kidogo! move along!, squeeze up a little!

soketi socket, power point

soketi ya kunyolea shaving point

soko market

soksi ndefu tights, pantyhose; stockings

soli sole (of shoe)

soma read

somesha teach

somo lesson

sonara jeweller's

songa! move along!, squeeze up a little!

songana crowded

soseji sausage
sosi sauce
spea spare part
spidi speed
starehe: -a starehe comfortable
stempu stamp
stesheni station
stesheni ya basi bus station
stesheni ya mabasi coach station
stesheni ya mwisho terminus (rail)
stesheni ya polisi police station
stesheni ya reli train station
subiri wait
sufu wool
sufuria pan
sukari sugar
sukuma push
sumbua disturb; annoy
sumbufu inconvenient
sumu: -enye sumu poisonous
sungura rabbit; hare
supu soup
suruali trousers, (US) pants
suruali kipande shorts
suruali ya kuogelea swimming trunks
suti suit
sutikesi suitcase
swala gazelle
swala granti Grant's gazelle
swala pala impala
swala tomi Thomson's gazelle
swala twiga gerenuk (antelope)
swali question

T

-ta- future tense marker
taa light; lamp
taa za mbele za gari headlights
taa za nyuma rear lights
taa za pembeni side lights
taa ziongozazo magari traffic lights
tabasamu smile
tafadhali please
tafadhali nikujulishe na ...? may I introduce ...?
tafadhali sema tena hayo could you repeat that
tafadhali, unaweza ...? could you please ...?
tafadhali usifanye please don't
tafrija party (celebration)
tafsiri interpret; translate
tafuta find out; look for
tahadhari! be careful!
tai tie, necktie
taifa nation
tairi tyre, (US) tire
tairi ya spea spare tyre/tire
tajiri rich (person)
taka like; want; wish; ask
takataka rubbish; trash
takia cushion
takriban roughly, approximately
tambarare flat
tambua recognize; know
tamka pronounce
-tamu sweet
tandala kudu

tandiko saddle (for horse)
tanga sail
tangawizi ginger
tangi tank (of car)
tango cucumber
tangu since
  tangu wiki iliyopita since last
  week
tangulia tafadhali after you
tano five
tapika vomit
tarabu orchestral music of the
  coastal people
tarajia expect
tarajiwa due
tarakimu number, figure
tarehe date
tarehe ya kumalizikia expiry
  date
tarishi courier
tatizo problem
tatu three
taulo towel; bath towel
taya jaw; oribi
tayari already; ready
tayarisha arrange
tazama look; look at
TAZARA Tanzania/Zambia
  Railway Authority
TBC Tanzania Broadcasting
  Corporation
tegua twist
teksi taxi
tembea walk; go out
tembelea visit
tembo elephant; coconut
  palm wine
tena again; more
tende dates; strong alcoholic

drink
tenga separate
tengeneza fix, arrange;
  mend, repair
thamani value
-a thamani valuable
thelathini thirty
theluji snow
themanini eighty
thibitisha confirm
tia pamoja na include
tia posta post
tiketi (T) ticket
tikisa shake
tikiti melon; (K) ticket
tikiti itumikayo baadaye open
  ticket
tikiti ya kwenda na kurejea,
  tikiti ya kwenda na kurudi
  return ticket, round-trip
  ticket
tikiti ya kwenda tu single
  ticket, one-way ticket
timu team
tini figs
tipu (K) tip (to waiter etc)
tisa nine
tishu paper tissues
tisini ninety
-to- marker added to the
  infinitive form after ku- to
  form the negative
toa give
tochi torch, flashlight
tofauti difference; different
tohe reedbuck
toka from; come from; get
  out
toka Jumatatu hadi Ijumaa

from Monday to Friday
tokea happen
tope mud
tosti, tosi toast; slice of bread
toweka disappear
toza charge
-toza zaidi overcharge
treni train
treni yenye vitanda sleeper
  (on train)
tu just, only
tu- we; subject marker
-tu- us; object marker
tufaa apple
tukia happen
tulikuwa we were
tulikuwa na we had
tumaini hope
tumbaku tobacco
tumbawe coral reef
tumbili monkey; vervet
  monkey
tumbo stomach
tumekubaliana it's a deal
tumia use; spend
tuna we have
tuna wakati mwingi there's
  plenty of time
tunaweza ...? could we ...?;
  can we ...?
  tunaweza kupata ...? can we
    have some ...?
tunda fruit
tungule cherry tomatoes
tunza look after
tupa throw away
tupu empty
tutaonana! see you!
  tutaonana baadaye! see you
    later!
twende, endelea let's go;
  carry on
twende zetu! let's go!
twiga giraffe
twiga mdogo gerenuk

U

u- you (sing); subject marker
ua flower; fence; kill
uamuzi decision
Ubalozi embassy
Ubalozi Mdogo consulate
ubao wa kupigia mbizi diving
  board
ubavu rib
Ubelgiji Belgium
ubongo brains
uchafu dirt
uchaguzi election
uchofu wa kilevi hangover
uchoraji drawing
ufagio broom; brush
Ufaransa France
ufizi gum (in mouth)
ufukwe shore
  ufukweni on/at the shore
ufunguo key
ugali porridge, polenta
  – made from maize, cassava
  or millet flour
ugeuzaji wa njia diversion,
  detour
Ugiriki Greece
ugomvi quarrel
ugonjwa disease; illness
ugonjwa wa maini hepatitis

ugumu difficulty
Uhabeshi Ethiopia
u hali gani? how do you do?;
  how are you? (to one person)
Uholanzi Holland,
  Netherlands
uhuru freedom; independence
Uingereza England; UK
ujenzi building
Ujerumani Germany
uji porridge or gruel made
  from millet
ujia corridor
ukanda belt; strap
ukanda wa feni fan belt
ukanda wa kinga seat belt
ukanda wa saa watch strap
ukarimu hospitality
Ukimwi AIDS
uko sawa? are you OK?
ukosi collar
ukucha nail (finger)
ukumbi lounge; foyer, lobby
ukumbi wa kuondokea
  departure lounge
ukungu fog
  kuna ukungu it's foggy
  -enye ukungu foggy
ukuta wall
ulanga soapstone
Ulaya Europe
ule that
uliipenda ...? how did you
  like ...?
ulikuwa you were
ulikuwa na you had (sing)
ulilala vyema? did you sleep
  well?
ulimi tongue

uma bite; sting; fork
umande mist
umbali distance
umekipenda chakula? did you
  enjoy your meal?
umeme electricity; lightning;
  current
  -a umeme electric
umeoa/umeolewa? are you
  married? (to man/woman)
umeona ...? have you
  seen ...?
umepata kufika ...? have you
  ever been to ...
umiza hurt
umizwa injured
umri age
umwa feel pain
una you have (sing)
una ...? do you have ...?
una njaa? are you hungry?
unaelewa? do you
  understand?
unaenda wapi? (K) where are
  you going?
unahitaji huduma yoyote?
  how can I help you?
unaitwaje? what's your
  name?
unakaa wapi? where are you
  staying?
unakaribishwa, tafadhali
  you're welcome, don't
  mention it
unakwenda wapi? (T) where
  are you going?
unapenda ...? do you like ...?
unasema kiswahili? do you
  speak Swahili?

unataka ...? do you want ...?; would you like ...?

unataka aina gani? which kind do you want?

unataka kinywaji? would you like a drink?

unataka kuagizisha chakula sasa? would you like to order (the food) now?

unataka kunywa nini? what would you like to drink?

unataka nini? what do you want?

unataka zaidi? would you like some more?

unatoka wapi? where do you come from?

una umri gani? how old are you?

unavuta sigara? do you smoke?

unaweza ...? can you ...?; could you ...?

unga flour

ungua burnt

unguza burn

unyayo sole (of foot)

unyevunyevu: -enye unyevunyevu humid

uongo: -a uongo false

upande side; direction

upande wa kaskazini to the north

upande wa kulia on the right

upande wa mbele at the front

upara: -enye upara bald

upele rash (on skin)

upeo horizon

upepeo fan (handheld)

upepo wind; breeze

-a upepo mwingi windy

upesi quickly; hurriedly

upuuzi! rubbish!

uraia nationality

urefu height (of mountain)

urukaji angani kwa tiara hang-gliding

usi- ... you shouldn't ...

usifanye: usifanye! don't!

usifanye hivyo! don't do that!; stop it!

usijali never mind

usiku night; night time

usiku kucha overnight

usiku mwema good night

usiningojee don't wait for me

usinisubuwe don't bother me

usivute sigara no smoking; don't smoke

Uskochi Scotland

uso face

uvimbe inflammation; lump; swelling

uwanja field; square (in town)

uwanja wa gofu golf course

uwanja wa majani mafupi lawn

uwanja wa ndege airport

uwasilishaji delivery (of mail)

uwezo wa kuendeleza safari connection

uyoga mushroom

uza sell

uzi string; thread

uzito weight

V

-vi- subject/object marker

viatu vya mpira vya kuogelea flippers

viatu vya ndara sandals

viazi potatoes

viazi vitamu sweet potatoes

vibaya badly

vifaa equipment

vifaa vya huduma ya kwanza first-aid kit

vifaa vya kulia cutlery

vifaa vya umeme electrical appliances

vijana teenagers

vijazio filling (in cake, sandwich)

vile those

vilevile also

vinginevyo otherwise

vinyago vya kimakonde Tanzanian Makonde tribe wood carvings, usually in ebony and representing entwined spirit families

vinywaji baridi soft drink

vipi? how?

vipodozi cosmetics, make-up

vipokea sauti headphones

visiwa vya Ngazija Comoros Islands

visiwa vya Shelisheli Seychelles

visodo tampons

vitabu books

vitafunio snack

vitanda beds

vitanda viwili pacha twin beds

viti chairs

viti vya bei rahisi economy class seats

vitu things

vitunguu onion(s)

vitu vilivyochapishwa printed matter

viungo herbs; spices

-vivu lazy

vizuri well; properly; nicely

volteji voltage

vuja leak

vumbi dust

-enye vumbi dusty

vunja break

vunjika broken

vuta pull

vyema well

ni vyema that's nice

vyombo vya kulia crockery

vyombo vya kupikia cooking utensils; pots and pans

vyombo vya udongo pottery

vyumba rooms

W

-w- passive marker

wa- they; subject marker

-wa be; become

-wa- them; you (pl); object marker

wacha mzaha you're joking

wadi ward

wadi ya majeruhi casualty department

waipa windscreen wiper

wakati while; during; time

wakati huo then, at that time

wakati huu this time

wakati ujao future; in future

wakati unazidi kupita it's getting late

wakati wa kufungua opening times

wakati wa usiku at night

wakati wo wote ever; any time

Wakenya Kenyan citizens, Kenyans

wakili lawyer

wakwe in-laws; parents-in-law

wala nor

  wala si mimi nor do I

wale those (people, animals)

wali rice (cooked)

walikuwa they were

walikuwa na they had

walinzi-okozi lifeguard

wamefunga they're shut

wana they have

wananchi the people, the citizens

wanaoondoka departures

wanaowasili arrivals

wanaume men

wanawake women

wanyama wakali fierce animals

wao they; them

  wao ni they are

wapi? where?; where is?

waraka document

washa turn on, switch on; washer (for bolt etc)

wasili come; get in, arrive; fly in

wasilisha deliver

wasiovuta sigara non-smokers

wasiwasi worry; problems, hassles

wastani average; medium

  kwa wastani on average

  -a wastani medium-sized

watalii tourists

Watanzania Tanzanian citizens, Tanzanians

watoto children, kids

watu people; men

watu wengi a lot of people

watu wengine the other people

wavu net (in sport)

wavutao sigara smokers

waweza ...? can you ...?

  waweza kunipatia ...? can I have ...?

wawili couple (two people)

wazazi parents

wazi open

wazimu: -enye wazimu crazy, mad

waziri mkuu prime minister

wazo idea

wazungu Europeans

weka keep; put

wekesha book, reserve

wembe razor

wengi a lot, lots

wengine the others

wenzo lever

wenzo wa gia gear lever

wewe you (sing)

  wewe ni you are

We

155

weza would; could; be able, can; may
wiki week
  wiki hii this week
  wiki ijayo next week
  wiki iliyopita last week
  wiki nzima the whole week
  wiki moja kuanzia kesho a week (from) tomorrow
  wiki moja kuanzia leo a week (from) today
  wiki mbili fortnight
wilaya district
-wili two
wimbo song
wingi plenty; abundance; a lot
wiva ripe
wizi burglary; rip-off
wote all; all of them

Y

ya for; of
ya- subject/object marker
yachukiza revolting
yadi yard
yafurahisha enjoyable
yai egg
yai la kukaanga fried egg
yake: kwa ajili yake for him/her
  ni yake that's his/hers
yako yours
  hii ni yako this is for you
ya kukodisha for hire, to rent
yale those
ya mkono manual (car with manual gears)

ya nani? whose?
yangu mine; my
  ... yangu mwenyewe my own ...
  ni peke yangu I'm on my own
  ni yangu it's mine
ya nje outdoors
yao theirs
yatosha enough
yatumika valid
yavutia interesting
yawezekana possible
yetu our; ours; for us
yeye he; she; her; him
yoga mushrooms
yogat yoghurt
yote all of it, the whole lot
yoti yacht
yoyote any
yu he; she; subject marker
yule that; that one (person, animal)
yupi? who?

Z

zabibu grapes
zafarani saffron
zaidi more, extra
  zaidi kidogo a little bit more
zaidi ya ... more than ...
  zaidi ya hiyo more than that
zaituni olives
zamani: -a zamani old-fashioned; past
zamu turn; round

156

zawadi present, gift
zi- subject/object marker;
  they
ziara ya kutalii sehemu
 maarufu sightseeing tour
zibika blocked
zile those
zilozoelekeana opposite
zima switch off, turn off
zimamoto fire brigade
zimia faint
zimika off (lights etc)
ziwa lake
zulia carpet
-zuri beautiful, lovely; good;
  nice
-zuri sana terrific,
  tremendous, wonderful
zurura wander

Menu
Reader:
Food

Essential terms

appetizer kianzio
bowl bakuli
bread mkate
butter siagi
cup kikombe
dessert kimalizio
fish samaki
fork uma
glass gilasi
knife kisu
main course chakula muhimu
margarine majarini
meat nyama
menu menyu
pepper pilipili
plate sahani
salad saladi
salt chumvi
set menu menyu maalumu
soup supu
spoon kijiko
starter kianzio
table meza
vegetables mboga

can I have ...? naweza kupata ...?
waiter!/waitress! see page 128
another ..., please ... nyingine, tafadhali
could I have the bill, please? naweza kupata bili, tafadhali?

achari, achali pickle
adesi lentils
aiskrimu ice cream
andazi sweet pastry
aprikoti apricot

baga meat, fish or vegetable burger
bajia spicy meatballs made from mashed lentils or beans
balungi grapefruit
bamia okra, lady's fingers
baridi cold
biriani rice with spices and meat, chicken or vegetables
biringani aubergine, eggplant
biskuti biscuit(s), cookie(s); cracker(s)

chakula food
chapati unleavened bread
chatni chutney
chaza oyster
chenza tangerine
chewa rock cod
chipsi za muhogo cassava chips
chizi cheese
choma roast
choroko dark green peas
chumvi salt
chungwa orange (fruit)
Cowboy® cooking fat

dagaa very small fish; sardines
dengu chickpeas

embe mango

faluda milk pudding – made with strips of gelatin, sugar and cardamom
farne sweet made from rice flour, sugar and milk
fenesi jackfruit – large melon-shaped fruit with thick green skin and yellow flesh
figili (T) celery; radish leaves
figo kidney

giligilani coriander

halua, haluwa, halwa sweet made from sesame seeds or pistachio nuts
haradali mustard
hiliki, iliki cardamom

irio potato, cabbage and beans mashed together (Mount Kenya region)

jelebi pastry made from wheat flour, sugar and/or syrup
jibini cheese

kaa crab
kababu spicy meatballs
kabichi cabbage
kachumbari onions and herbs in vinegar marinade
kaimati small very sweet doughnuts
kamba lobster; prawn(s)
kamba wadogo shrimp(s)
kamba wakubwa lobster

kangaja clementine
karafuu cloves
karanga peanuts; ground nuts; (K) beef stew
karoti carrots
kashata sweet made from boiled sugar, grated coconut and almonds
katlesi meat or fish croquette
kebeji cabbage
keki cake
kepguzbari cape gooseberries
kibibi small pancake(s)
kima cooked mincemeat eaten with spaghetti or plain rice
kimanda omelette
kimanda cha jibini cheese omelette
Kimbo® cooking fat
kisamvu cooked cassava leaves with spices
kitumbua deep-fried small rice bread
kitunguu onion(s)
kitunguu thomu garlic
kiwanda omelette
kiwanda cha jibini cheese omelette
kiwanda cha nyanya tomato omelette
kofta meatballs
komamanga pomegranate
kongosho sweetbreads
korosho cashew nuts
kuchemsha: -a kuchemsha boiled
kuchoma: -a kuchoma grilled
kukaanga: -a kukaanga fried

kuku chicken
kuku wa kuchoma grilled chicken
kunde cow peas
kutokosa: -a kutokosa boiled
letis lettuce
limau lemon

maandazi sweet doughnut, sometimes flavoured with spices
machungwa oranges
madafu green coconuts – contains sweet pulp and juice (sold by street vendors on the coast)
maembe mangoes
mafuta ya kupikia cooking fat
mahamri sweet doughnuts, sometimes flavoured with spices
maharag(w)e beans or red kidney beans, often cooked with coconut
maharagwe ya kifaransa French beans
mahindi corn
maini liver
majarini margarine
makaroni, makaronya macaroni
mamba crocodile
mandazi sweet doughnuts, sometimes flavoured with spices
mastad mustard
mastafeli soursops – edible white-fleshed fruit with spiny skin and black seeds

matoke mashed green bananas

matopetope custard apples

matunda fruit

mayai eggs

mayai ya kuchemsha boiled eggs

mayai ya kukaanga fried eggs

mayai ya kuvuruga scrambled eggs

maziwalala (K) yoghurt; sour milk

maziwa ya kuganda (T) yoghurt; sour milk

mbaazi pigeon peas, cooked in water, salt and coconut milk

mbatata potato(es)

mboga vegetables

mchele uncooked rice

mchicha spinach, usually cooked with onions and tomatoes

mchuzi curry; sauce eaten with plain rice dishes; gravy

mchuzi wa kondoo lamb curry

mchuzi wa kuku chicken curry

mchuzi wa nyama meat curry, usually beef

mchuzi wa samaki fish curry

menyu, menyu ya chakula menu

menyu maalumu set menu

mishikaki kebabs

mkate bread; loaf; roll

mkate mayai (K) egg-bread – light wheat-flour 'pancake'

wrapped around fried eggs and minced meat, usually cooked on a huge griddle

mkate wa kumimina sweet bread made from rice flour

mkate wa kusukuma fried flat wheat bread

mkate wa mayai (T) sweet bread made from flour, sugar and eggs

mkate wa mofa oven-baked millet bread

mkate wa ufuta oven-baked flat wheat bread with sesame seeds

moto hot

mseto a mixture of rice, millet or lentils and meat

mtama millet; sorghum

muhogo cassava – large roots eaten roasted or boiled

nanaa mint

nanasi pineapple

nazi ripe coconuts

ndimu lime

ndizi bananas; plantains

ngisi squid

nguru kingfish

njegere peas

njugu nuts; peanuts

njugunyasa peanuts; ground nuts

nusu half; half-portion

nyama meat

nyama choma (K) roast meat

nyama ya bata duck

nyama ya kanga guinea fowl
nyama ya kondoo mutton; lamb
nyama ya kuchoma roast beef; (T) roast meat
nyama ya kuku chicken
nyama ya kwale pheasant; partridge
nyama ya mbuni ostrich
nyama ya mbuzi goat
nyama ya ndama veal
nyama ya ng'ombe beef
nyama ya nguruwe pork; bacon
nyama ya njiwa pigeon
nyama ya nyati buffalo
nyama ya paa venison
nyama ya sungura hare; rabbit
nyama ya swala impala
nyanya tomatoes

orodha ya chakula menu

papa shark
papai papaya, pawpaw
parachichi avocado
pasheni passionfruit
pea pear
pera guava – round, green-skinned fruit with white flesh
peya pear
pichi peach
pilau rice with spices
pilipili pepper(s); chilli(es)
pilipili manga black pepper
piripiri chillies
pudin pudding

punda milia zebra
pweza octopus

rojo gravy
rostbif roast beef

saladi lettuce; salad
saladi ya figili radish salad
saladi ya letis green salad
saladi ya matango cucumber salad
saladi ya matunda fruit salad
saladi ya nyanya tomato salad
samaki fish
samaki wa kuchoma grilled fish
samaki wa kukaanga fried fish
samaki wa kupaka fish cooked in coconut milk and spices
sambusa deep-fried triangular pastry filled with chopped meat and vegetables
samoni salmon
sandara mandarin(s)
shelisheli breadfruit – large roundish fruit eaten boiled or roasted
siagi butter
siki vinegar
sima cornmeal porridge
sosi sauce
steki steak; grilled meat
stroberi strawberries
sukari sugar
sukuma wiki boiled green leaves, usually a type of spinach

supu soup
supu ya kuku chicken soup
supu ya mafupa bone soup
supu ya mboga vegetable
  soup
supu ya nyama beef soup

tambi vermicelli – sometimes
  cooked with coconut milk
  and sugar
tangawizi ginger
tango cucumber
tende dates – sometimes
  mashed with almonds
tewa rock cod
tikiti melon
tini figs
topetope custard apple
tosti, tosi toast; slice of bread
tosti na siagi bread and butter
tungule cherry tomatoes
twiga giraffe

ubongo brains
ugali stiff porridge, polenta
  – made from maize, cassava
  or millet flour
uji porridge or gruel made
  from millet
ulimi tongue
unga flour
uyoga mushroom

viazi potatoes
viazi vitamu sweet potatoes
viazi vya kutokosa boiled
  potatoes
vibibi small pancake(s)
vileji small flat cake made

from rice flour and sugar
visheti small sweet pastry
vitobonya, vitobosha fritters
  made from flour and sugar
vitumbua deep-fried rice
  fritters
vitunguu onion(s)
viungo herbs; spices

wali rice cooked in coconut
  milk or water

yai egg
yoga mushrooms
yogat yoghurt

zabibu grapes
zafarani saffron
zaituni olives
zelabia pastry made from
  wheat flour, sugar and/or
  syrup

Menu Reader:
Drink

Essential terms

beer biya (K), bia (T)
  (local) pombe
bottle chupa
brandy brandi
coffee kahawa
cold baridi
cup kikombe
drink (alcoholic) pombe
  (non-alcoholic) kinywaji
gin jin
glass gilasi
half-bottle nusu chupa
ice barafu
milk maziwa
mineral water maji ya soda
orange juice maji ya machungwa
passionfruit juice maji ya pasheni
red wine mvinyo nyekundu
rosé mvinyo ya 'rosé'
rum ramu
scotch wiski
soda (water) soda
soft drink soda, vinywaji baridi
sugar sukari
tea chai
tonic (water) tonik
water maji
whisky wiski
white wine mvinyo nyeupe
wine mvinyo
wine list orodha ya mvinyo

a cup of ..., please kikombe kimoja cha ..., tafadhali
a glass of ... gilasi ya ...
a gin and tonic, please jin na toniki, tafadhali
with ice na barafu
no ice bila barafu
another beer, please biya nyingine, tafadhali

Afrikoko® Tanzanian liqueur

barafu ice
baridi cold
bia (T) beer
biya (K) beer
brandi brandy

chai tea with milk
chai kavu black tea
chai strongi strongly spiced tea
chai ya rangi black tea
chai ya tangawizi ginger tea
chibuku Tanzanian spirit made from millet
chupa bottle

dawa vodka, white rum, honey and lime juice (literally: 'medicine')

gilasi glass

kahawa coffee
Kenya Cane® white rum
Kenya Gold® coffee-flavoured liqueur
Konyagi® Tanzanian brandy

lemonadi lemonade

maji water
maji ya karoti carrot juice
maji ya kunywa drinking water
maji ya machungwa orange juice
maji ya madafu unripe-

coconut juice
maji ya maembe mango juice
maji ya mananasi pineapple juice
maji ya miwa sugar-cane juice
maji ya ndimu sweetened lime juice
maji ya pasheni passionfruit juice
maji ya ukwaju sweetened tamarind juice
maziwa milk
maziwalala (K) fermented milk, almost like yoghurt (literally: 'sleeping milk')
mvinyo ya Dodoma (T) Dodoma wine
mvinyo ya mapapai (K) papaya wine

nusu chupa half-bottle

orodha ya mvinyo wine list

pegi a small amount of brandy/whisky, a peg
pombe home-brewed 'beer' made from fermented sugar and millet or banana and other ingredients

sharubati fruit juice with spices
soda fizzy soft drink
soda ya limau lemonade
soda ya machungwa fizzy orange
sukari sugar

tembo coconut-palm wine
tende strong local spirit
togwa cold drink made from
  millet

waragi Ugandan spirit
wiski whisky

How the

Language

Works

Pronunciation

Swahili is written in the Roman alphabet and the letters are pronounced more or less as in English, apart from those given below which are pronounced as follows:

Vowels

a	as in far
e	between the 'e' in bed and the 'é' in café
i	as in Lima
o	as in orange
u	as in flute

Consonants

ch	as in church
dh	like the 'th' in that
g	as in got
gh	pronounced from the back of the throat, almost as an 'r', like the Spanish pronunciation of 'j' in jamón
h	as in home
k	as in kiosk
kh	like 'ch' as in the Scots pronunciation of loch
ng	as in finger
ng'	as in sing
ny	as in canyon, or like the 'ni' in onion
s	as in sit
th	as in thin

The stress is nearly always on the penultimate syllable of the word.

In Swahili each vowel in a word is sounded, for example **saa** (watch) is pronounced **sa-a**, **watalii** (tourists) is pronounced **wa-ta-li-i** and **kelele** (noise) is pronounced **ke-le-le**.

In the English-Swahili section, English words used in Swahili but pronounced as in English are shown in quotes, for example 'malaria', 'stereo'.

Notes

Swahili (or Kiswahili to its speakers) is the most important language of communication in a vast mainland area of East Africa and its offshore islands. It is the national language of Tanzania and Kenya. Swahili is also understood and used as a second language by a considerable number of people in parts of Uganda, Burundi, Rwanda, Somalia, Mozambique, Malawi and Zambia. It is the regional language of the eastern regions of the Republic of Congo (formerly Zaire). Being spoken in such a vast area there are varieties or dialects of Swahili. This book is intended for use in Kenya and Tanzania and most of the words and phrases used in this book will be understood in both Kenya and Tanzania; however, (K) next to a word means that it is more commonly used in Kenya and (T) indicates a word that is more commonly used in Tanzania.

An asterisk next to a word in the English-Swahili section means that you should refer to the **How the Language Works** section for further information.

Abbreviations

adj	adjective
lit	literally
pl	plural
sing	singular

Nouns

Nouns in Swahili are divided into a number of classes and in most cases, except for the (JI)/MA and N classes, the class can be identified by the initial letter(s) of the noun.

class	singular		plural	
M/WA	**mtoto**	child	**watoto**	children
	mtalii	tourist	**watalii**	tourists

The M/WA class of noun refers to people only.

M/MI	**mti**	tree	**miti**	trees
	mji	town	**miji**	towns
KI/VI	**kitu**	thing	**vitu**	things
	kitabu	book	**vitabu**	books
(JI)/MA	**jicho**	eye	**macho**	eyes
	yai	egg	**mayai**	eggs
N	**njia**	road	**njia**	roads
	barua	letter	**barua**	letters

For N class nouns, singular and plural forms are the same.

U/N	**uhuru**	freedom		
	utoto	childhood		
	uma	fork	**nyuma**	forks
	uso	face	**nyuso**	faces

There is also the KU class for verbal nouns:

kuimba	**kusafiri**	**kusoma**
singing	travelling	reading

And the PA class associated with the noun **pahali** or **mahali**, meaning 'place':

pahali pazuri or **mahali pazuri**
a nice place

Articles

There are no definite or indefinite articles (the, a) as such in Swahili. A word such as **kofia** could mean 'a hat' or 'the hat' depending on the context:

nataka kununua kofia
I want to buy a hat OR
I want to buy the hat
lit: I want to buy hat

Adjectives

Adjectives usually follow the noun to which they refer and (with some exceptions) are used with appropriate prefixes according to their class. For example, prefixes which correspond to noun classes are added to the adjective **-zuri** (good):

M	**mtu mzuri**	a good person
WA	**watu wazuri**	good people
KI	**kiti kizuri**	a good chair
VI	**viti vizuri**	good chairs
M	**mji mzuri**	a good town
MI	**miji mizuri**	good towns

The majority of adjectives are used with prefixes. For this reason Swahili dictionaries usually give adjectives with hyphens in front, for example:

-zuri	good, nice
-tamu	sweet
-kubwa	big

However, the following are not used with prefixes:

| **safi** | clean |
| **ghali** | expensive |

rahisi	cheap; easy
laini	smooth; soft

nyumba safi	machugwa ghali
a clean house	expensive oranges

Comparatives and Superlatives

To form the comparative (bigger, better) the word which is commonly used is **kuliko** (more than, in comparison to):

Omar ni mkubwa kuliko Gideon
Omar is bigger than Gideon
lit: Omar is big compared to Gideon

or

Gideon ni modogo kuliko Omar
Gideon is smaller than Omar
lit: Gideon is small compared to Omar

For the superlative (biggest, best) the words **kuliko ... -ote** are used, with an appropriate prefix on **-ote**:

Omar ni mkubwa kuliko wanafunzi wote
Omar is the biggest of all the students
lit: Omar is big more than all students

nyumba kubwa kuliko zote
it's the biggest house
lit: house big more than all

Adverbs

Adverbs can be formed from adjectives:

-baya	vibaya	alisoma vibaya
bad	badly	he read badly

-zuri	vizuri	ulisoma vizuri
good; nice	well; nicely	you read nicely

Or from nouns by using **kwa**:

haraka	**kwa haraka**	**tulikuja kwa haraka**
haste	quickly	we came quickly
siri	**kwa siri**	**walikutana kwa siri**
secret	secretly	they met secretly

There are also some words already in adverbial form:

polepole	**upesi**
slowly	hurriedly, quickly

Subject/object markers

Markers are attached to verbs to indicate whether a word is the subject or object of a sentence. These marker words agree with the noun class.

M/WA

subject marker		object marker	
ni-	I	-ni-	me
u-	you (sing)	-ku-	you (sing)
a-	he; she	-m-	him; her
tu-	we	-tu-	us
m-	you (pl)	-wa-	you (pl)
wa-	they	-wa-	them

In the examples that follow, subject markers are attached to the verb **nunua** (buy), together with the tense marker **-na-** (see page 184):

ninanunua	**unanunua**	**ananunua**
I buy	you buy	he/she buys

In the following examples, subject and object markers are attached to the verb **jua** (know), together with the tense marker **-na-**:

ninamjua	**anawajua**
I know her	he/she knows them

The other classes of noun which refer to things (not people) have one singular subject/object marker and one plural subject/object marker. The subject marker is positioned at the beginning of the verb and the object marker is in the middle of the verb:

M/MI	**mti ulianguka**	**miti ilianguka**
	the tree had fallen	the trees had fallen
KI/VI	**kiti kilivunjika**	**viti vilivunjika**
	the chair had broken	the chairs had broken
	walikivunja kiti	**walivivunja viti**
	they broke the chair	they broke the chairs
(JI)/MA	**yai litavunjika**	**mayai yatavunjika**
	the egg will break	the eggs will break
N	**njia itafungwa**	**njia zitafungwa**
	the road will be closed	the roads will be closed
	waliifunga njia	**walizifunga njia**
	they closed the road	they closed the roads
U/N	**ukuta umebomoka**	**kuta zimebomoka**
	the wall has fallen down	the walls have fallen down

Swahili also has subject pronouns which are separate words:

mimi	I	**sisi**	we
wewe	you (sing)	**nyinyi**	you (pl)
yeye	he/she	**wao**	they

These are used in certain contexts such as with the word **ni** (am/is/are):

mimi ni mtalii	**mimi ni Muingereza**
I'm a tourist	I am English
	lit: I am English person

yeye ni Mwamerika
he/she is an American
lit: he/she is American person

They are also used to emphasize the subject of the sentence:

sisi tutaondoka kesho
as for us, we will leave tomorrow

Demonstratives

In Swahili, there is no distinction between demonstrative adjectives and pronouns and, like adjectives and possessives, the form used depends on the noun class.

	this	these	that	those
M/WA	huyu	hawa	yule	wale
M/MI	huu	hii	ule	ile
KI/VI	hiki	hivi	kile	vile
(JI)/MA	hili	haya	lile	yale
N	hii	hizi	ile	zile
U/N	huu	hizi	ule	zile

Demonstrative adjectives are positioned after the noun:

mtoto huyu	watoto hawa	mtoto yule	watoto wale
this child	these children	that child	those children

Possessives

There is no difference in form between possessive adjectives (my, your, our etc) and possessive pronouns (mine, yours, ours, etc):

-angu	my; mine	-etu	our; ours
-ako	your; yours (sing)	-enu	your; yours (pl)
-ake	his; her; hers; its	-ao	their; theirs

Possessives follow the noun and are used with prefixes as follows:

M/WA	**mtoto wangu**	**watoto wangu**
	my child	my children
	mtoto wako	**watoto wako**
	your child (sing)	your children (sing)
	mtoto wake	**watoto wake**
	his/her child	his/her children
	mtoto wetu	**watoto wetu**
	our child	our children
	mtoto wenu	**watoto wenu**
	your child (pl)	your children (pl)
	mtoto wao	**mtoto wao**
	their child	their children

M/MI	**mkoba wangu**	**mikoba yangu**
	my bag	my bags
	mkoba wako	**mikoba yako**
	your bag (sing)	your bags (sing)
	mkoba wake	**mikoba yake**
	his/her bag	his/her bags
	mkoba wetu	**mikoba yetu**
	our bag	our bags
	mkoba wenu	**mikoba yenu**
	your bag (pl)	your bags (pl)
	mkoba wao	**mikoba yao**
	their bag	their bags

KI/VI	**kitu changu**	**vitu vyangu**
	my thing	my things
	kitu chako	**vitu vyako**
	your thing (sing)	your things (sing)
	kitu chake	**vitu vyake**
	his/her thing	his/her things
	kitu chetu	**vitu vyetu**
	our thing	our things
	kitu chenu	**vitu vyenu**
	your thing (pl)	your things (pl)
	kitu chao	**vitu vyao**
	their thing	their things

(JI)/MA		
yai langu	**mayai yangu**	
my egg	my eggs	
yai lako	**mayai yako**	
your egg (sing)	your eggs (sing)	
yai lake	**mayai yake**	
his/her egg	his/her eggs	
yai letu	**mayai yetu**	
our egg	our eggs	
yai lenu	**mayai yenu**	
your egg (pl)	your eggs (pl)	
yai lao	**mayai yao**	
their egg	their eggs	

N		
barua yangu	**barua zangu**	
my letter	my letters	
barua yako	**barua zako**	
your letter (sing)	your letters (sing)	
barua yake	**barua zake**	
his/her letter	his/her letters	
barua yetu	**barua zetu**	
our letter	our letters	
barua yenu	**barua zenu**	
your letter (pl)	your letters (pl)	
barua yao	**barua zao**	
their letter	their letters	

U/N		
ukanda wangu	**kanda zangu**	
my belt	my belts	
ukanda wako	**kanda zako**	
your belt (sing)	your belts (sing)	
ukanda wake	**kanda zake**	
his/her belt	his/her belts	
ukanda wetu	**kanda zetu**	
our belt	our belts	
ukanda wenu	**kanda zenu**	
your belt (pl)	your belts (pl)	
ukanda wao	**kanda zao**	
their belt	their belts	

The possessive pronoun used depends on the thing(s) possessed and not on the possessor:

chumba changu my room	**changu** mine	(referring to room)
nyumba yangu my house	**yangu** mine	(referring to house)
jina langu my name	**langu** mine	(referring to name)

'Of'

In order to convey the idea of the English 'of', subject markers agreeing with the person or thing referred to are added to -a. An exception is the singular M/WA class where **w-** is added to **-a**:

M/WA	**mtoto wa mwalimu** the teacher's child lit: child of teacher	**watoto wa mwalimu** the teacher's children
KI/VI	**kitabu cha mwanafunzi** the student's book	**vitabu vya wanafunzi** the students' books
(JI)/MA	**gari la rais** the President's car	**magari ya rais** the President's cars
M/MI	**mkoba wa mtalii** the tourist's bag	**mikoba ya watalii** the tourists' bags
N	**nyumba ya waziri** the minister's house	**nyumba za mawaziri** the ministers' houses
U/N	**ukanda wa askari** the policeman's belt	**kanda za askari** the policemen's belts

Verbs

In Swahili dictionaries most verbs are given in the stem form like **nunua** (buy), **lala** (sleep) and **safiri** (travel). You can make the stem into the infinitive form by adding **ku-**:

kununua	**kulala**	**kusema**	**kusafiri**
to buy	to sleep	to speak	to travel

The infinitive form of the verb is used in sentences like:

ninataka kununua matunda
I want to buy some fruit

unaweza kusema Kiingereza?
can you speak English?

Or as a verbal noun:

kusafiri kunachosha
travelling is tiring

With verbs of one syllable such as **nywa** (drink), the **ku-** form **kunywa** is used as the stem to which the various tense markers are added (see below).

Tense Markers

As well as the subject and object markers which can be attached to verbs, Swahili verbs also have tense markers. Tense markers come immediately after subject markers. Tense markers are:

-na-	present continuous	**-me-**	perfect
-a-	present simple	**-ta-**	future
-li-	past		

nywa drink (stem: **kunywa**)

ninakunywa chai
I'm drinking tea

taka want

nataka chai
I want tea

nilitaka chai
I wanted tea

nunua buy

nimenunua chai
I have bought some tea

nitanunua chai
I will buy some tea

Imperative

The verb stem itself is used for the imperative if it has more than one syllable:

nunua mkate
buy some bread

soma gazeti
read the newspaper

To form the negative imperative, the subject marker (see page 178) plus **-si-** is added to the stem and the final letter of the verb stem changes from **-a** to **-e** thus:

usinunue mkate
don't buy any bread

usisome gazeti
don't read the newspaper

If the verb consists of one syllable, such as **la** (eat) or **nywa** (drink), **ku-** is added to form the imperative:

kula nyama
eat meat

kunywa maji
drink water

And the **ku-** is dropped in the negative forms:

usile nyama
don't eat meat

usinywe maji
don't drink the water

Negatives

In other negative forms (in addition to the negative imperative shown above), the verb stem changes. In the present negative tense, the tense marker is omitted and the final **-a** of the verb stem changes to **-i**. With the M/WA noun class, the subject markers are as follows:

present negative

si-	I	hatu-	we
hu-	you (sing)	ham-	you (pl)
ha-	he/she	hawa-	they

For example, the present negative forms of the verb **soma** (read) are:

sisomi I don't read	**hatusomi** we don't read
husomi you don't read (sing)	**hamsomi** you don't read (pl)
hasomi he/she doesn't read	**hawasomi** they don't read

To form the negative in the past, perfect and future tenses the final -a of the verb stem stays, but the positive tense markers are replaced by negative tense markers:

past tense negative marker -ku-

| **sikusoma** | **hukusoma** |
| I did not read | you did not read (sing) |

future tense negative marker -ta-

| **hatasoma** | **hatutasoma** |
| he/she will not read | we will not read |

perfect tense negative marker -ja-

| **hamjasoma** | **hawajasoma** |
| you have not read (pl) | they have not read |

For the other noun classes which refer to things, the negative tense markers do not change according to tense, but do change according to whether the subject is singular or plural:

M	hau-	**mti hauanguki**
		the tree does not fall
MI	hai-	**miti haianguki**
		the trees do not fall
KI	haki-	**kiti hakikuanguka**
		the chair didn't fall over
VI	havi-	**viti havikuanguka**
		the chairs didn't fall over

(JI)	hali-	**yai halitaanguka**
		the egg won't fall
MA	haya-	**mayai hayataanguka**
		the eggs won't fall
N	hai-	**njia haijafungwa**
		the road is not yet closed
N (pl)	hazi-	**njia hazijafungwa**
		the roads are not yet closed
U	hau-	**ufunguo haukupotea**
		the key was not lost
N (pl)	hazi-	**funguo hazikupotea**
		the keys were not lost

'To Have'

To express the verb 'to have' the word **na** (with) is prefixed with the appropriate subject marker (see page 178):

nina	I have	**tuna**	we have
una	you have (sing)	**mna**	you have (pl)
ana	he/she has	**wana**	they have

nina kalamu
I have a pen
lit: I with pen

Negative markers (see page 186) are used to form the negative:

sina	I have not	**hatuna**	we have not
huna	you have not (sing)	**hamna**	you have not (pl)
hana	he/she has not	**hawana**	they have not

The past tense is formed using the verb **kuwa** (to be) and **na** (with), together with the past tense marker **-li-**:

nilikuwa na	I had	**tulikuwa na**	we had
ulikuwa na	you had (sing)	**mlikuwa na**	you had (pl)
alikuwa na	he/she had	**walikuwa na**	they had

187

nilikuwa na kalamu
I had a pen

Negative markers (see page 186) are used to form the negative past tense:

sikuwa na	I didn't have	hatukuwa na	we didn't have
hukuwa na	you didn't have (sing)	hamkuwa na	you didn't have (pl)
hakuwa na	he/she didn't have	hawakuwa na	they didn't have

hakuwa na kalamu
he didn't have a pen

'To Be'

The invariable particle ni is usually used to express the idea of 'am/is/are' in simple sentences where the subject is identified by a descriptive word:

mimi ni Mwamerka
I am American
lit: I am American person

ni nyeusi
it's black

sisi ni wazazi wake
we're his parents

In the negative, ni is replaced by si:

mimi si Muingereza
I'm not English
lit: I am not English person

si ghali sana
it's not very expensive

For the past tense, 'was/were', the one-syllabled verb wa is used, usually in its infinitive form kuwa (to be/become). Subject markers such as wa- and tense markers such as -li are used with kuwa:

ilikuwa ghali sana
it was very expensive

walikuwa walimu shuleni Kenya
they were school teachers in Kenya

Negative markers (see page 186) are used to form the past negative:

haikuwa ghali sana
it was not very expensive

hawakuwa walimu shuleni Kenya
they were not school teachers in Kenya

To express the idea of being in a place, you don't need to use the verb 'to be' – you simply use a subject marker with one of the place words -ko, -po or -mo. These are used respectively to indicate indefinite, definite and indoor places. Nouns of the M/WA (people) class use **yu-** in combination with -ko, -po or -mo:

meneja yuko wapi?
where is the manager?
lit: 'manager he' + indefinite place word + 'where'

meneja yumo ofisini
the manager is in the office
lit: 'manager he' + inside place word + 'office'

hayumo ofisini
he/she is not in the office
lit: negative + 'he/she' + inside place word + 'office'

With other noun classes, -ko, -po and -mo are used with subject markers:

tiketi yangu iko wapi?
where is my ticket?
lit: 'ticket my' + subject marker + indefinite place word + 'where'

tiketi yangu ipo hapa?
is my ticket here?
lit: 'ticket my' + subject marker + definite place word + 'here'

haipo hapa
it is not here
lit: 'not' + definite place word + 'here'

For tenses other than the present, **kuwa** is used with -ko, -po or -mo, together with the appropriate subject and tense markers:

alikuwapo sokoni
he/she was at the market
lit: 'he/she' + past tense marker + 'to be' + definite place word + 'market in'

watakuwamo nyumbani
they will be in the house
lit: 'they' + future tense marker + 'to be' + inside place word + 'house in'

Questions

You can ask a question by slightly raising your voice towards the end of a statement or by adding the word **je** at the beginning of a sentence:

unataka chakula sasa?	**je, unataka chakula sasa?**
do you want food now?	do you want food now?

Some commonly used interrogative words are:

kwa nini? why? (placed at the beginning of a question)
kwa nini hutaki kula?
why don't you want to eat?

nani? who? (placed at the beginning or the end of a question)
nani atanisaidia?
who's going to help me?

gani? which? (placed after the noun to which it refers)
hoteli gani?
which hotel?

lini? when? (placed at the beginning or at the end of a question)
lini utafika hoteli?
when will you arrive at the hotel?

HOW THE LANGUAGE WORKS

Questions / Prepositions

vipi? how? (placed after the verb)

ulikuja vipi hapa?
how did you get here? (i.e. by bus or on foot?)

nini? what? (placed at the end of a question)

unataka kununua nini?
what do you want to buy?

wapi? where? (placed after the verb)

unakwenda wapi sasa?
where are you going now?

Prepositions

In Swahili, there are several ways of expressing prepositions. One way is by inserting a letter or letters in the verb:

soma	read	**leta**	bring
somea	read to	**letea**	bring to

Prepositions can also be expressed using the word **kwa**, which means 'by', 'to' or 'for' depending on the context:

atasafiri kwa ndege
he/she will go by plane

tulikwenda kwa mwalimu
we went to the teacher

The suffix **-ni** can be added to nouns to convey 'in', 'from', 'to' or 'at', depending on the context:

duka shop
dukani in/from/to the shop

nimenunua vitu dukani
I bought things from the shop

tunakwenda dukani
we are going to the shop

Some other useful prepositional expressions are:

katika in; into; out of

walitia viti katika gari
they put the chairs into the car

walitoa viti katika nyumba
they took chairs out of the house

karibu na near to

tunaishi karibu na posta
we live near the post office

pamoja na together with

watakuja pamoja na mama
they're coming together with mother

Dates

There are two calendar systems in use in East Africa. The Western calendar (using months derived from English) is more generally used. The Islamic lunar calendar is used for religious holidays and local traditional festivals.

You can use the numbers on page 195 to express the date in Swahili:

leo ni tarehe gani?
what's the date today?
lit: today is date which

ni Januari mosi/moja   **ni Aprili kumi na tatu**
it's 1 January   it's 13 April

(mwaka) elfu moja mia tisa na tisini na nane
1998

This can be shortened to **(mwaka) tisini na nane**; **mwaka** (year) can be omitted.

Days

Sunday	Jumapili	Thursday	Alhamisi
Monday	Jumatatu	Friday	Ijumaa
Tuesday	Jumanne	Saturday	Jumamosi
Wednesday	Jumatano		

Months

January	Januari	July	Julai
February	Februari	August	Agosti
March	Machi	September	Septemba
April	Aprili	October	Oktoba
May	Mei	November	Novemba
June	Juni	December	Desemba

Time

There is a difference of six hours in the Swahili and English ways of telling the time. The Swahili system consists of two twelve-hour parts, sunrise to sunset and sunset to sunrise. English 7am is **saa moja** (hour one) in Swahili, that is one hour after sunrise; 9am is **saa tatu** (hour three) after sunrise; 7pm is **saa moja** (hour one) after sunset; and 9pm is **saa tatu** (hour three) after sunset. If you want to make things absolutely clear, you can use the expressions:

asubuhi
in the morning

alasiri
in the afternoon

jioni
in the evening

usiku
at night

what time is it?
saa ngapi sasa?

1 o'clock	saa saba
2 o'clock	saa nane
3 o'clock	saa tisa
4 o'clock	saa kumi
5 o'clock	saa kumi na moja
6 o'clock	saa kumi na mbili
7 o'clock	saa moja
8 o'clock	saa mbili
9 o'clock	saa tatu
10 o'clock	saa nne
11 o'clock	saa tano
12 o'clock	saa sita

it's one o'clock ni saa saba

it's two/three/four o'clock ni saa nane/tisa/kumi

it's five o'clock ni saa kumi na moja

five past one ni saa kumi na moja na dakika tano

ten past two ni saa nane na dakika kumi

quarter past one ni saa saba na robo

quarter past two ni saa nane na robo

half past one ni saa saba u nusu

half past ten ni saa nne u nusu

twenty to ten ni saa nne kasoro dakika ishirini

quarter to two ni saa nane kaso robo

quarter to ten ni saa nne kaso robo

at one o'clock saa saba

at two/three/four o'clock saa nane/tisa/kumi

at five o'clock saa kumi na moja

at half past four saa kumi u nusu

14.00 saa nane

17.30 saa kumi na moja u nusu

noon saa sita mchana

midnight saa sita usiku
in the morning asubuhi
in the afternoon alasiri
in the evening jioni
at night usiku
hour saa
minute dakika
second sekunde, nukta
quarter of an hour robo saa
half an hour nusu saa
three quarters of an hour dakika arobaini na tano

Numbers

0	sifuri
1	moja
2	mbili
3	tatu
4	nne
5	tano
6	sita
7	saba
8	nane
9	tisa
10	kumi
11	kumi na moja
12	kumi na mbili
13	kumi na tatu
14	kumi na nne
15	kumi na tano
16	kumi na sita
17	kumi na saba

18	kumi na nane
19	kumi na tisa
20	ishirini
21	ishirini na moja
22	ishirini na mbili
23	ishirini na tatu
30	thelathini
31	thelathini na moja
32	thelathini na mbili
33	thelathini na tatu
40	arobaini
50	hamsini
60	sitini
70	sabini
80	themanini
90	tisini
100	mia
101	mia na moja
102	mia na mbili
110	mia na kumi
200	mia mbili
300	mia tatu
400	mia nne
500	mia tano
600	mia sita
700	mia saba
800	mia nane
900	mia tisa
1,000	elfu
2,000	elfu mbili
3,000	elfu tatu
4,000	elfu nne

5,000	elfu tano
6,000	elfu sita
7,000	elfu saba
8,000	elfu nane
9,000	elfu tisa
10,000	elfu kumi
100,000	laki
1,000,000	milioni

Ordinals

first	-a kwanza
second	-a pili
third	-a tatu
fourth	-a nne
fifth	-a tano
sixth	-a sita
seventh	-a saba
eighth	-a nane
ninth	-a tisa
tenth	-a kumi

Conversion tables

1 centimetre = 0.39 inches

1 metre = 39.37 inches = 1.09 yards

1 kilometre = 0.62 miles = 5/8 mile

1 inch = 2.54 cm

1 foot = 30.48 cm

1 yard = 0.91 m

1 mile = 1.61 km

km	1	2	3	4	5	10	20	30	40	50	100
miles	0.6	1.2	1.9	2.5	3.1	6.2	12.4	18.6	24.8	31.0	62.1

miles	1	2	3	4	5	10	20	30	40	50	100
km	1.6	3.2	4.8	6.4	8.0	16.1	32.2	48.3	64.4	80.5	161

1 gram = 0.035 ounces

1 kilo = 1000 g = 2.2 pounds

g	100	250	500
oz	3.5	8.75	17.5

1 oz = 28.35 g

1 lb = 0.45 kg

kg	0.5	1	2	3	4	5	6	7	8	9	10
lb	1.1	2.2	4.4	6.6	8.8	11.0	13.2	15.4	17.6	19.8	22.0

kg	20	30	40	50	60	70	80	90	100
lb	44	66	88	110	132	154	176	198	220

lb	0.5	1	2	3	4	5	6	7	8	9	10	20
kg	0.2	0.5	0.9	1.4	1.8	2.3	2.7	3.2	3.6	4.1	4.5	9.0

1 litre = 1.75 UK pints / 2.13 US pints

1 UK pint = 0.57 l

1 US pint = 0.47 l

1 UK gallon = 4.55 l

1 US gallon = 3.79 l

centigrade / Celsius

$$°C = (°F - 32) \times 5/9$$

°C	-5	0	5	10	15	18	20	25	30	36.8	38
°F	23	32	41	50	59	64	68	77	86	98.4	100.4

Fahrenheit

$$°F = (°C \times 9/5) + 32$$

°F	23	32	40	50	60	65	70	80	85	98.4	101
°C	-5	0	4	10	16	18	21	27	29	36.8	38.3

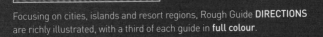

Stay In Touch!

Subscribe to Rough Guides' **FREE** newsletter

www.roughguides.com

Information on over 25,000 destinations around the world

- **Read** Rough Guides' trusted travel info
- **Access** exclusive articles from Rough Guides authors
- **Update** yourself on new books, maps, CDs and other products
- **Enter** our competitions and win travel prizes
- **Share** ideas, journals, photos & travel advice with other users
- **Earn** points every time you contribute to the Rough Guide community and get rewards

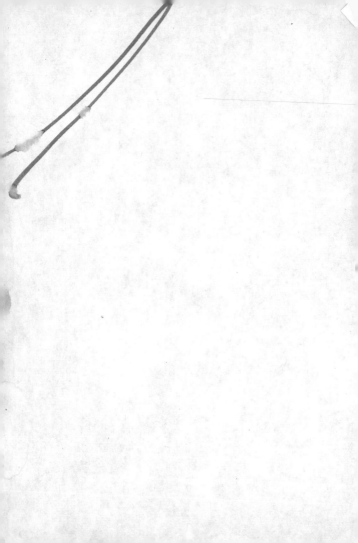